나혼자 끝내는
베트남어
단어장

나혼자 끝내는 베트남어 단어장

지은이 손연주
펴낸이 임상진
펴낸곳 (주)넥서스

초판 1쇄 인쇄 2019년 9월 25일
초판 1쇄 발행 2019년 10월 1일

출판신고 1992년 4월 3일 제311-2002-2호
주소 10880 경기도 파주시 지목로 5
전화 (02)330-5500 팩스 (02)330-5555
ISBN 979-11-6165-745-5 13730

이 도서의 국립중앙도서관 출판예정도서목록(CIP)은
서지정보유통지원시스템 홈페이지(http://seoji.nl.go.kr)와
국가자료공동목록시스템(http://www.nl.go.kr/kolisnet)에서 이용하실 수 있습니다.
(CIP제어번호 : CIP2019035284)

www.nexusbook.com

나 혼자 끝내는
베트남어
단어장

손연주 지음

넥서스

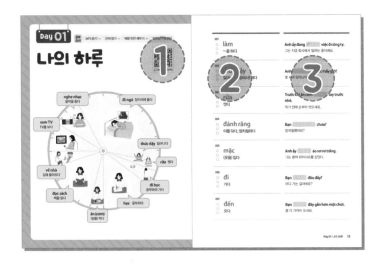

1단계 MP3를 들으며 발음 확인

먼저 MP3를 듣고, 단어의 발음을 확인하세요. 스마트폰으로 QR 코드를 스캔하면 MP3 파일을 바로 들을 수 있습니다. 넥서스 홈페이지에서도 MP3 파일을 무료로 다운받을 수 있습니다.

무료 다운 www.nexusbook.com

2단계 핵심 단어에 눈도장 콱!

001~587의 번호가 붙어 있는 핵심 단어를 먼저 외우세요. 복습할 때는 한 손으로 단어 뜻을 가리고, 베트남어만 보고서 뜻을 맞혀 보세요. 복습한 단어는 체크 박스에 V 표시를 하세요.

3단계 예문 빈칸 채우기

핵심 단어를 2회 반복 암기한 다음에는 예문의 빈칸에 단어를 직접 써 보세요. 손으로 직접 써 보면 눈으로만 외우는 것보다 훨씬 기억에 오래 남습니다.

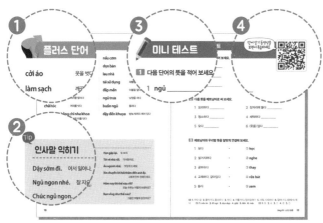

❶ ❷ 플러스 단어와 Tip으로 어휘력 보강

핵심 단어를 외운 다음에 좀 더 난이도가 있는 단어에 도전해 보세요. 일상생활에서 활용도가 높은 단어들입니다.

❸ 미니 테스트로 실력 확인

문제를 풀면서 실력을 확인해 보세요.

❹ 단어암기 동영상으로 복습

세 번 봤는데도 단어가 잘 안 외워진다고요? 그렇다면 단어암기 동영상을 무한 반복해서 보세요. 깜빡이 학습법으로 단어를 자동 암기할 수 있도록 도와줍니다.

무료 다운 www.nexusbook.com

스마트폰으로 책 속의 QR코드를 스캔하면 **MP3 파일**과 **단어암기 동영상**을 확인할 수 있어요.

먼저 MP3 파일을 들어 보세요.

단어암기 동영상으로 무한 반복 복습!

자가진단 독학용 학습 플래너

이 책은 30일 만에 약 2,000개의 베트남어 단어를 암기할 수 있도록 구성되어 있습니다. 학습 플래너에 공부한 날짜를 적고 체크 박스에 V 표시를 하며 공부하세요. 외운 단어를 잊어버리지 않는 방법은 여러 번 반복해서 외우는 것밖에 없습니다. 특히 초급 단계에서는 어휘력이 곧 베트남어 실력이니 베트남어를 잘하기 위해서는 단어 암기가 매우 중요합니다.

공부 순서 ☑MP3 듣기 ➡ ☐ 단어 암기 ➡ ☐ 예문 빈칸 채우기 ➡ ☐ 단어암기 동영상

	Day	Page	공부한 날	복습 1회	복습 2회	복습 3회	단어암기 동영상
★	**베트남어 성조 및 알파벳**	010	월 일	✓	✓	✓	
01	*** **나의 하루**	014	월 일	✓	✓	✓	▶
02	*** **학교에서**	020	월 일	✓	✓	✓	▶
03	*** **회사에서**	028	월 일	✓	✓	✓	▶
04	*** **가족과 지인**	034	월 일	✓	✓	✓	▶

베트남어 성조 및 알파벳

베트남어 알파벳은 발음만 알면 모두 읽을 수 있다. 한국어처럼 자음, 모음, 끝자음(받침)이 합쳐져 발음되며, 6가지의 성조에 따라 음절을 소리 낸다.

★ 성조

6성조	a	ngang	ả	hỏi
	á	sắc	ã	ngã
	à	huyền	ạ	nặng

- **ngang** '솔' 음정으로 흔들리지 않고 평음을 낸다.
- **sắc** 평음에서부터 도약하듯 음이 상승한다.
- **huyền** 평음에서부터 꺾임 없이 음이 하강한다.
- **hỏi** 부드럽게 꺾어서 내렸다가 다시 상승한다.
- **ngã** 교태를 부리듯이 두 번 꺾어서 내렸다가 다시 상승한다.
- **nặng** 짧고 강하게 내리치듯 음을 찍어준다.

★ 알파벳 구성

모음의구성	1.단모음	2.복모음(+예외: 불규칙한 이중모음)	
자음의구성	1.단자음	2.복자음	3.끝자음

★ 모음

A (a)	[ㅏ]	ma [마]	Y (y)	[긴ㅣ]	ý [이]
		a lô [알로]			kỳ [끼]
Ă (ă)	[ㅏ]	ăn [안]	O (o)	[ㅗ+ㅓ]	lo [로+러]
		sắp [삽]			nó [노+너]
Â (â)	[ㅓ]	ẩm [엄]	Ô (ô)	[ㅗ]	số [소]
		sâu [서우]			ốc [옥]
E (e)	[ㅐ]	em [앰]	Ơ (ơ)	[ㅓ]	ơi [어이]
		xe [쌔]			cơ [꺼]
Ê (ê)	[ㅔ]	lê [레]	U (u)	[ㅜ]	úc [욱]
		tê [떼]			rủ [루]
I (i)	[짧은ㅣ]	lí [리]	Ư (ư)	[ㅡ]	ưng [응]
		xỉ [씨]			sự [스]

복모음은 단모음을 그대로 연결하여 발음한다.

ai	아이	êu	에우	oe	오애/어애	uôi	우오이
ây	어이	iê	이에	oi	오이/어이	uâ	우어
ay	아이	iêu	이에우	ôi	오이	uê	우에
ao	아오/아어	iu	이우	ơi	어이	uy	우이
au	아우	oa	오아/어아	uô	우오	uí	으이
âu	어우	oai	오아이/어아이	ươ	으어	ươi	으어이
eo	애오/애어	oă	오아/어아	ui	우이	ưu	으우

예외사항인 불규칙한 이중모음은 아래와 같다.

ia	이어	ua	우어	ưa	으어

★ 자음

• 단자음

B (b)	[ㅂ]	ba [바] bố [보]	R (r)	[ㅈ] (남부: ㄹ)	rủ [주(루)] rẻ [재(래)]
C (c)	[ㄲ]	cá [까] cay [까이]	S (s)	[ㅅ]	sẽ [새] say [사이]
D (d)	[ㅈ] (남부: ㅇ+반모음)	dù [주(유)] da [자(야)]	T (t)	[ㄸ]	tôi [또이] tủ [뚜]
Đ (đ)	[ㄷ]	đi [디] độ [도]	V (v)	[ㅂ]	vô [보] vũ [부]
G (g)	[ㄱ]	gay [가이] gỗ [고]	X (x)	[ㅆ]	xe [쌔] xa [싸]
H (h)	[ㅎ]	hạ [하] hủy [후이]			
K (k)	[ㄲ]	ký [끼] kể [깨]			
L (l)	[ㄹ]	li [리] lỗ [로]			
M (m)	[ㅁ]	mũ [무] mà [마]			
N (n)	[ㄴ]	nợ [너] nói [노이]			
P (p)	[ㅍ]	pa-an [파안] pin [핀]			
Q (q)	[ㄲ]	quy [꾸이] qua [꾸아]			

• 복자음

CH (ch)	[ㅉ]	cha [짜]	NGH (ngh)	[응]	nghĩ [응이]
		chơi [쩌이]			nghề [응에]
GH (gh)	[ㄱ]	ghé [개]	NH (nh)	[ㄴ+반모음]	nhà [냐]
		ghi [기]			nhu [뉴]
GI (gi)	[ㅈ] (남부: ㅇ+반모음)	giô [조(요)]	PH (ph)	[ㅍ]	phở [퍼]
		già [자(야)]			phải [파이]
KH (kh)	[ㅋ]	khá [카]	TH (th)	[ㅌ]	thấu [터우]
		khỏe [코애]			thua [투어]
NG (ng)	[응]	ngã [응아]	TR (tr)	[ㅉ]	trái [짜이]
		ngu [응우]			trụ [쭈]

• 끝자음(받침)

-c	[ㄱ]	các [깍]	-nh	[~인 또는 ㄴ] (남부: ㄴ)	anh [아인]
		mặc [막]			bệnh [벤]
-ch	[~익 또는 ㄱ] (남부: ㄱ)	sách [사익]	-ng	[ㅇ]	làng [랑]
		lịch [릭]			tỉng [띵]
-m	[ㅁ]	cam [깜]	-p	[ㅂ]	cập [껍]
		làm [람]			hộp [홉]
-n	[ㄴ]	nên [넨]	-t	[ㅅ]	một [못]
		in [인]			cắt [깟]

나의 하루

🎧 MP3를 들어보세요

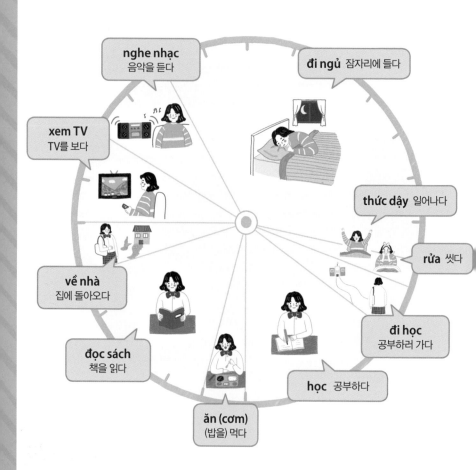

nghe nhạc 음악을 듣다

đi ngủ 잠자리에 들다

xem TV TV를 보다

thức dậy 일어나다

rửa 씻다

về nhà 집에 돌아오다

đi học 공부하러 가다

đọc sách 책을 읽다

học 공부하다

ăn (cơm) (밥을) 먹다

001
- [ ]
- [ ]
- [ ]

làm
~을 하다

Anh ấy đang 🖋 _____ việc ở công ty.
그는 지금 회사에서 일하는 중이에요.

002
- [ ]
- [ ]
- [ ]

thức dậy
일어나다, (잠에서) 깨다

Anh _____ lúc mấy giờ?
몇 시에 일어났어요?

003
- [ ]
- [ ]
- [ ]

rửa
씻다

Trước khi ăn cơm _____ tay trước nhé.
먹기 전에 손부터 씻으세요.

004
- [ ]
- [ ]
- [ ]

đánh răng
이를 닦다, 양치질하다

Bạn _____ chưa?
양치질했어요?

005
- [ ]
- [ ]
- [ ]

mặc
(옷을) 입다

Anh ấy _____ áo sơ mi trắng.
그는 흰색 와이셔츠를 입었다.

006
- [ ]
- [ ]
- [ ]

đi
가다

Bạn _____ đâu đấy?
어디 가는 길이에요?

007
- [ ]
- [ ]
- [ ]

đến
오다

Bạn _____ đây gần hơn một chút.
좀 더 가까이 오세요.

008
- ☐
- ☐
- ☐

ăn
먹다

Đừng nói chuyện trong khi ✏️ ▨▨▨▨▨▨.
식사 중에는 말하지 마세요.

009
- ☐
- ☐
- ☐

về
돌아가다, 돌아오다

Hôm qua mẹ ▨▨▨▨▨ nhà muộn.
엄마는 어제 집에 늦게 돌아오셨다.

010
- ☐
- ☐
- ☐

xem
보다

Tôi đã ▨▨▨▨▨ phim đó trên TV rồi.
나는 그 영화를 TV에서 봤다.

011
- ☐
- ☐
- ☐

nghe
듣다

Hãy ▨▨▨▨▨ lời của tôi.
내 말 좀 들어주세요.

012
- ☐
- ☐
- ☐

đọc
읽다

Cô ấy thích ▨▨▨▨▨ tiểu thuyết tình yêu.
그녀는 로맨스 소설을 즐겨 읽는다.

013
- ☐
- ☐
- ☐

tắm
샤워; 샤워하다

Tôi nên đi ▨▨▨▨▨.
샤워를 해야겠어요.

014
- ☐
- ☐
- ☐

dọn dẹp
청소하다

Tôi ▨▨▨▨▨ nhà cửa cả ngày
하루 종일 집을 청소했어요.

015

□ nấu ăn
□ 요리하다

Bạn đã học 🖉 _____ ở đâu?
요리하는 법을 어디에서 배웠어요?

016

□ rửa bát
□ 설거지하다

Ai sẽ _____?
누가 설거지할 거예요?

017

□ giặt
□ 세탁하다

Chúng tôi _____ áo vào mỗi cuối tuần.
우리는 매주 주말에 세탁한다.

018

□ học
□ 공부하다

Tôi đã _____ tiếng Anh tại Úc.
나는 전에 호주에서 영어를 공부했어요.

019

□ thay
□ 교체하다, 갈아입다

_____ áo ngủ.
잠옷으로 갈아입다.

020

□ đi ngủ
□ 잠자리에 들다

Cô ấy không _____ trước 12 giờ.
그녀는 자정 전에 잠자리에 드는 법이 없다.

021

□ ngủ
□ 자다; 잠

Bạn _____ ngon chưa?
안녕히 주무셨어요?

cởi áo	옷을 벗다	**nấu cơm**	밥을 짓다
làm sạch	깨끗이 하다, 청결히 하다	**dọn bàn**	상을 치우다, 상을 차리다
rửa mặt	세수하다	**lau nhà**	집을 닦다, 청소하다
cạo râu	면도하다	**tái sử dụng**	재활용하다
gội đầu	머리를 감다	**đắp mền**	이불을 덮다
làm tóc khô	머리를 말리다	**ngủ trưa**	낮잠을 자다
chải tóc	머리를 빗다	**buồn ngủ**	졸리다
đánh răng bằng chỉ nha khoa	치실로 이를 닦다	**dậy đến khuya**	밤늦게까지 깨어 있다

Tip

인사말 익히기

Dậy sớm đi. 어서 일어나.	**Hẹn gặp lại.** 또 보자.
Ngủ ngon nhé. 잘 자요.	**Tôi về nhà rồi.** 다녀왔어요.
Chúc ngủ ngon. 안녕히 주무세요.	**Ăn ngon nhé.** 맛있게 드세요.
Mơ đẹp nhé. 좋은 꿈 꾸세요.	**Xin chuyển lời hỏi thăm đến anh ấy.** 그에게 안부 전해주세요.
Bạn khỏe không? 어떻게 지내세요?	
Dạo này thế nào? 요즘 어떻게 지내세요?	**Hôm nay thì thế nào rồi?** 오늘 하루는 어떻게 보냈어요?
Tạm biệt. 잘 가./잘 있어.	**Bạn sống như thế nào?** 그동안 어떻게 살았어요?

단어 암기 동영상을
보면서 복습하세요

1 다음 단어의 뜻을 적어 보세요.

1 ngủ _____   2 về _____

3 rửa _____   4 đánh răng _____

5 tắm _____   6 thức dậy _____

2 다음 뜻을 베트남어로 써 보세요.

1 요리하다 _____   2 잠자리에 들다 _____

3 청소하다 _____   4 세탁하다 _____

5 오다 _____   6 (옷을) 입다 _____

3 베트남어와 우리말 뜻을 알맞게 연결해 보세요.

1 보다   ·   ① học

2 설거지하다   ·   ② nghe

3 공부하다   ·   ③ thay

4 교체하다, 갈아입다 ·   ④ rửa bát

5 듣다   ·   ⑤ xem

1 1. 자다; 잠 2. 돌아가다, 돌아오다 3. 씻다 4. 이를 닦다, 양치질하다 5. 샤워; 샤워하다 6. 일어나다, (잠에서) 깨다 **2** 1. nấu ăn 2. đi ngủ 3. dọn dẹp 4. giặt 5. đến 6. mặc **3** 1. ⑤ 2. ④ 3. ① 4. ③ 5. ②

학교에서

🎧 MP3를 들어보세요

bàn 책상

ghế 의자

sách 책

vở 공책

giáo trình 교과서

bút chì 연필

gôm 지우개

thước kẻ 자

hộp bút 필통

giấy 종이

kéo 가위

băng dính 스카치테이프

keo dán 풀, 접착제

bảng 칠판

bảng thông báo 게시판

022
☐
☐
☐
trường học
학교

Bạn đến 🖉 ░░░░░░░ lúc mấy giờ?
학교에 몇 시에 가요?

023
☐
☐
☐
vào (trường)
(학교에) 들어가다, 입학하다

Năm nay con trai tôi sẽ
đi ░░░░░░░ trường tiểu học.
아들이 올해 초등학교에 입학해요.

024
☐
☐
☐
tốt nghiệp
졸업하다

Bạn đã ░░░░░░░ đại học khi nào?
대학을 언제 졸업하셨어요?

025
☐
☐
☐
lớp học
교실

░░░░░░░ của bạn ở đâu?
네 교실이 어디니?

026
☐
☐
☐
học sinh
학생

Có bao nhiêu ░░░░░░░?
학생 수가 얼마나 되나요?

027
☐
☐
☐
sinh viên
(대)학생

Em ấy là ░░░░░░░ ở trường đại
học đó.
그는 그 대학교의 학생이에요.

028
☐
☐
☐
thi
시험

Chắc chắn bạn sẽ ░░░░░ đậu.
넌 시험에 합격할 거야.

029
☐
☐ **môn học**
☐ 과목

_✎_ ▓▓▓▓▓▓ bạn thích nhất là môn nào?
제일 좋아하는 과목이 뭐예요?

030
☐
☐ **chuyên ngành**
☐ 전공과목; 전공하다

Cô ấy đã học ▓▓▓▓▓▓ kinh tế.
그녀는 경제학을 전공했다.

031
☐
☐ **bài tập**
☐ 숙제

Làm xong ▓▓▓▓▓▓ chưa?
숙제는 다 했니?

032
☐
☐ **báo cáo**
☐ 보고서, 리포트

Tôi chưa nhận được ▓▓▓▓▓▓.
아직 보고서를 받지 못했어요.

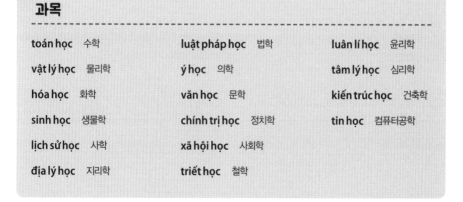

Tip

과목

toán học 수학	**luật pháp học** 법학	**luân lí học** 윤리학
vật lý học 물리학	**ý học** 의학	**tâm lý học** 심리학
hóa học 화학	**văn học** 문학	**kiến trúc học** 건축학
sinh học 생물학	**chính trị học** 정치학	**tin học** 컴퓨터공학
lịch sử học 사학	**xã hội học** 사회학	
địa lý học 지리학	**triết học** 철학	

033
☐
☐ học kỳ
☐ 학기

Tôi được thành tích học tốt trong
✎ _____ này.
나는 이번 학기에 성적이 좋았다.

034
☐
☐ nghỉ
☐ 방학

_____ hè thì thế nào rồi?
여름방학은 어땠어요?

035
☐
☐ điểm
☐ 점수, 학점

Tôi được _____ cao trong môn toán học.
나는 수학에서 높은 점수를 받았다.

036
☐
☐ tập
☐ 배우다, 연습하다

Hãy _____ một lần một ngày nhé.
하루에 한번씩 연습하세요.

037
☐
☐ dạy
☐ 가르치다

Bạn _____ ở đây bao lâu rồi?
여기서 얼마나 가르치고 계신 거예요?

038
☐
☐ hỏi
☐ 묻다

Xin _____ tên của bạn được không?
이름을 물어봐도 될까요?

039
☐
☐ trả lời
☐ 대답; 답하다

Tôi đã _____ tất cả câu hỏi của anh ấy.
나는 그의 질문에 모두 답했다.

040
từ điển
사전

Tra từ vựng mới trong ✎ ▨▨▨▨
nhé.
새로운 단어들을 사전에서 찾아봐.

041
viết
쓰다, 적다

Hãy ▨▨▨▨ câu trả lời vào chỗ trống.
빈칸에 답을 쓰시오.

042
câu lạc bộ
동아리

Bạn đi vào ▨▨▨▨ nào?
어떤 동아리에 들었어요?

043
hiểu
이해하다

Nếu không ▨▨▨▨ thì đưa tay lên.
이해가 안 되면 손을 드세요.

044
thư viện
도서관

Cô ấy làm việc ở ▨▨▨▨.
그녀는 도서관에서 근무한다.

045
phòng nghiên cứu
연구실

▨▨▨▨ của thầy ở đâu ạ?
선생님의 연구실은 어디입니까?

046
thực tập
실습; 실습하다

Tôi đang ▨▨▨▨ ở bệnh viện.
저는 병원에서 실습중이에요.

nhà trẻ	놀이방, 어린이집	**bỏ qua lớp**	수업을 빼먹다
mẫu giáo	유치원	**thi giữa kỳ**	중간고사
trường tiểu học	초등학교	**thi cuối kỳ**	기말고사
trường trung học	중학교	**thi**	쪽지 시험
trường học phổ thông	고등학교	**học vội học vàng**	(벼락치기로) 공부하다
trường đại học	대학교	**ôn thi**	시험공부를 하다
trường cao học	대학원	**thuộc lòng**	외우다, 암기하다
căn tin	학생 식당, 구내식당	**chương trình giáo dục**	교육 과정
giảng đường	강당	**hoạt động ngoại khóa**	방과 후 활동
phòng y tế	양호실	**hoạt động tự nguyện**	자원봉사 활동
ký túc xá	기숙사	**học bổng**	장학금
hiệu trưởng	교장	**phiếu điểm**	성적표
hiệu phó	교감	**học vị**	학위
bạn bè cùng lớp	급우, 반 친구	**thi đậu**	시험을 통과하다
dã ngoại	소풍	**thi rớt**	시험을 통과 못 하다, 떨어지다
lớp học	수업, 교습, 강습	**thi lại**	재시험을 치루다
giảng dạy	강의, 강연	**nghỉ học**	휴학하다

1 다음 단어의 뜻을 적어 보세요.

1 vào _____   2 bài tập _____

3 chuyên ngành _____   4 trả lời _____

5 điểm _____   6 tập _____

2 다음 뜻을 베트남어로 써 보세요.

1 방학 _____   2 쓰다, 적다 _____

3 동아리 _____   4 묻다 _____

5 이해하다 _____   6 도서관 _____

3 베트남어와 우리말 뜻을 알맞게 연결해 보세요.

1 사전   •   ① tốt nghiệp

2 과목   •   ② học kỳ

3 졸업하다   •   ③ dạy

4 학기   •   ④ từ điển

5 가르치다   •   ⑤ môn học

1 1. 들어가다, 입학하다 2. 숙제 3. 전공과목; 전공하다 4. 대답; 답하다 5. 점수, 학점 6. 배우다, 연습하다
2 1. nghỉ 2. viết 3. câu lạc bộ 4. hỏi 5. hiểu 6. thư viện   **3** 1. ④ 2. ⑤ 3. ① 4. ② 5. ③

회사에서

🎧 MP3를 들어보세요

giáo viên 교사

bác sĩ 의사

cảnh sát 경찰관

lính cứu hỏa 소방관

thợ cắt tóc 미용사

đầu bếp 요리사

047

☐☐☐ **việc**
일, 업무

Bạn tìm ✏ ▨▨▨▨ rồi chưa?
일자리는 구했어요?

048

☐☐☐ **làm việc**
일하다, 근무하다

Cô ấy ▨▨▨▨▨ 6 tiếng một ngày
그녀는 하루 6시간 일한다.

049

☐☐☐ **họp**
회의

Họ đang ▨▨▨▨.
그들은 회의 중이다.

050

☐☐☐ **bận**
바쁜

Anh ấy ▨▨▨▨ do viết báo cáo.
그는 보고서 작성을 하느라 바빴다.

051

☐☐☐ **mệt**
피곤한

Bạn trông ▨▨▨▨ lắm.
너 아주 피곤해 보여.

052

☐☐☐ **phát biểu**
발표, 프레젠테이션

Chuẩn bị ▨▨▨▨▨ thế nào rồi?
발표 준비는 어떻게 됐어요?

053

☐☐☐ **công tác**
출장

Đây là lần đầu tiên tôi đi ▨▨▨▨▨.
이번이 나의 첫 번째 출장이다.

054

□ □ □ **sếp**
직장 상사, 사장

Tính cách của [ ] tôi dễ nổi nóng.
나의 직장 상사는 욱하는 성격이다.

055

□ □ □ **đồng nghiệp**
직장 동료

Một người [ ] của tôi là người tham công tiếc việc.
직장 동료 중 한 사람은 일 중독자이다.

056

□ □ □ **tuyển dụng**
고용하다, 채용하다

Họ [ ] người lao động nước ngoài.
그들은 외국인 노동자들을 고용한다.

057

□ □ □ **đuổi việc**
해고하다

Không ai muốn bị [ ].
해고당하기를 원하는 사람은 아무도 없다.

058

□ □ □ **nghỉ hưu**
퇴직하다, 은퇴하다

Nhiều người [ ] sớm.
많은 사람들이 조기 퇴직한다.

059

□ □ □ **lương**
임금, 급료

Bạn có [ ] cao không?
임금은 높은가요?

060

□ □ □ **hợp đồng**
계약, 계약서; 계약하다

Đừng ký tên vào [ ] đó.
그 계약서에 서명하면 안 돼요.

061

☐
☐ **văn phòng**
☐ 사무실

✎ ▦▦▦▦▦▦ tôi ở tầng hai.

내 사무실은 2층에 있다.

062

☐
☐ **công ty**
☐ 회사

Ai thành lập ▦▦▦▦▦▦ đó?

누가 그 회사를 세웠어요?

063

☐
☐ **nhà máy**
☐ 공장

▦▦▦▦▦▦ này sản xuất ô-tô.

이 공장은 자동차를 생산한다.

064

☐
☐ **lịch trình**
☐ 일정, 스케줄

▦▦▦▦▦▦ tôi dày đặc.

내 일정이 빡빡하다.

065

☐
☐ **phỏng vấn**
☐ 면접, 인터뷰; 인터뷰하다

Anh ấy đang ở phòng ▦▦▦▦▦▦.

그는 면접 보는 방에 있어요.

066

☐
☐ **xin việc**
☐ 구직하다

Tôi ▦▦▦▦▦▦ vào công ty đó rồi.

나는 그 회사에 지원했다.

067

☐
☐ **thăng chức**
☐ 승진하다

Huỳnh sắp được ▦▦▦▦▦▦.

Huỳnh은 곧 승진한다.

플러스 단어

đi làm	출근하다	tiền thưởng	보너스
về nhà	퇴근하다, 집에 가다	chế độ phúc lợi	복지제도
tìm được việc	취직하다	lương hưu	연금
thời gian làm việc	근무시간	tăng lương	임금 인상
ngày nghỉ	휴일	danh thiếp	명함
toàn thời gian	전일 (근무)의	điều kiện làm việc	근무조건
bán thời gian	시간제 (근무)의	máy photo(copy)	복사기
sa thải	정리 해고하다	thẻ chấm công	출퇴근 카드
làm việc ngoài giờ	초과 근무를 하다	giờ tan làm	퇴근 시간

직업

thẩm phán	판사	thợ chụp ảnh	사진작가
luật sư	변호사	tổng thống	대통령
quân nhân	군인	thư ký	비서
kế toán viên	회계사	người bán hàng	판매원
họa sĩ	화가	thợ ống nước	배관공
nhạc sĩ	음악인, 연주자	thợ sửa	수리공
vận động viên	운동선수	y tá	간호사
nhà thiên văn học	천문학자	dược sĩ	약사

미니 테스트

단어 암기 동영상을
보면서 복습하세요.

1 다음 단어의 뜻을 적어 보세요.

1 nhà máy _____

2 đồng nghiệp _____

3 nghỉ hưu _____

4 mệt _____

5 phát biểu _____

6 hợp đồng _____

2 다음 뜻을 베트남어로 써 보세요.

1 해고하다 _____

2 사무실 _____

3 일정, 스케줄 _____

4 구직하다 _____

5 회의 _____

6 임금, 급료 _____

3 베트남어와 우리말 뜻을 알맞게 연결해 보세요.

1 고용하다, 채용하다   ·

① **công ty**

2 회사   ·

② **tuyển dụng**

3 면접, 인터뷰; 인터뷰하다   ·

③ **thăng chức**

4 승진하다   ·

④ **công tác**

5 출장   ·

⑤ **phỏng vấn**

---

1 1. 공장 2. 직장 동료 3. 퇴직하다, 은퇴하다 4. 피곤한 5. 발표, 프레젠테이션 6. 계약, 계약서; 계약하다
2 1. đuổi việc 2. văn phòng 3. lịch trình 4. xin việc 5. họp 6. lương   **3** 1. ② 2. ① 3. ⑤ 4. ③ 5. ④

Day 04

공부
순서 □ MP3 듣기 ➡ □ 단어 암기 ➡ □ 예문 빈칸 채우기 ➡ □ 단어암기 동영상

가족과 지인

🎧 MP3를 들어보세요

mẹ/má 엄마

cha/bố 아빠

tôi 나

anh chị em 형제들

gia đình 가족

068

gia đình

가족, 가정, 가문

Hãy nói về 🖊 ▨▨▨▨▨ của bạn.

가족 이야기를 해 보세요.

069

ông bà

조부모

▨▨▨▨▨ của cô ấy đều còn khỏe mạnh.

그녀의 조부모님은 두 분 다 여전히 정정하시다.

070

ông nội

(친)할아버지

Sinh nhật của ▨▨▨▨▨ sắp tới.

곧 할아버지 생신이다.

071

bà nội

(친)할머니

Tôi nhớ ▨▨▨▨▨ tôi.

나는 할머니가 보고 싶다.

072

cha mẹ

부모

Làm ▨▨▨▨▨ là không dễ.

부모 노릇 하기는 어렵다.

073

cha / bố

아버지

▨▨▨▨▨ nào con nấy

부전자전.

074

mẹ / má

어머니

Cô ấy rất giống ▨▨▨▨▨.

그녀는 어머니를 매우 닮았다.

075
☐
☐ con trai
☐ 아들

▱   tôi rất khó chịu.
나의 아들은 정말 까다롭다.

076
☐
☐ con gái
☐ 딸

Các   của họ thật xinh đẹp.
그들의 딸들은 미모가 뛰어나다.

077
☐
☐ anh trai
☐ 형, 오빠

     của anh ấy là bác sĩ.
그의 형은 의사이다.

078
☐
☐ chị gái
☐ 누나, 언니

     của cô ấy khá ích kỷ.
그녀의 언니는 꽤 이기적이다.

079
☐
☐ cháu
☐ 손주

Có được mấy   rồi?
손주가 몇 명이나 되세요?

080
☐
☐ chú
☐ 삼촌, 숙부, 백부

     ấy là người cha đơn thân.
그 삼촌은 홀로 아이를 키운다.

081
☐
☐ dì
☐ 이모

Tôi đã từng gặp   của Dũng.
나는 Dũng의 이모님을 만난 적이 있어요.

082

☐
☐
☐

họ hàng
친척

Anh ấy là 🖊 ░░░░░░░ của tôi.
그는 나의 친척이다.

083

☐
☐
☐

anh chị em họ
사촌

Chúng tôi có quan hệ ░░░░░░░.
우리는 사촌 사이이다.

084

☐
☐
☐

em trai
남동생

Tôi sẽ làm tất cả những gì cho
░░░░░░░ tôi.
남동생을 위해서라면 무엇이든 할 거야.

085

☐
☐
☐

em gái
여동생

░░░░░░░ tôi quan tâm đến nhảy
múa.
내 여동생은 춤에 관심이 있다.

086

☐
☐
☐

bạn bè
친구

Anh ấy đi chơi bóng đá với
░░░░░░░.
그는 친구와 축구를 하러 간다.

087

☐
☐
☐

hàng xóm
이웃

Chúng tôi là ░░░░░░░ của nhau
lâu dài.
우리는 서로 오랜 이웃이다.

088

☐
☐
☐

người lạ
낯선 사람

Đừng nhận bất cứ thứ gì từ
░░░░░░░.
낯선 사람에게서는 아무것도 받지 마라.

gia đình cha mẹ đơn thân	편부모 가정
gia đình trực hệ	직계 가족
gia đình hạnh phúc	화목한 가족
buổi họp gia đình	가족 모임
ông bà sơ	고조부모
ông bà cố	증조부모
cháu cố trai	증손자
cháu cố gái	증손녀
con trai một	외동아들
con gái một	외동딸
cha chồng	시아버지, 장인
mẹ chồng	시어머니, 장모
con rể	사위
con dâu	며느리
anh em chồng	남편의 형제자매

chị em vợ	아내의 형제자매
bố mẹ nuôi	양부모
con nuôi	양자
mẹ kế	새어머니, 계모
mẹ đẻ	생모
tình bạn	우정
bạn thân nhất	가장 친한 친구
bạn cũ	오래된 친구
bạn thời thơ ấu	어릴 적 친구
bạn đáng tin cậy	믿을 수 있는 친구
bạn của gia đình	가족의 지인
bạn của một người bạn	친구의 친구
bạn cùng phòng	룸메이트
những người khác	타인들
cộng đồng	지역 사회

1 다음 단어의 뜻을 적어 보세요.

1 hàng xóm _____   2 cháu _____

3 con trai _____   4 em gái _____

5 họ hàng _____   6 dì _____

2 다음 뜻을 베트남어로 써 보세요.

1 삼촌, 숙부, 백부 _____   2 어머니 _____

3 조부모 _____   4 낯선 사람 _____

5 가족, 가정, 가문 _____   6 딸 _____

3 베트남어와 우리말 뜻을 알맞게 연결해 보세요.

1 사촌   ·   ① anh chị em họ

2 (친)할아버지   ·   ② em trai

3 친구   ·   ③ anh trai

4 남동생   ·   ④ bạn bè

5 형, 오빠   ·   ⑤ ông nội

1 1. 이웃 2. 손주 3. 아들 4. 여동생 5. 친척 6. 이모   **2** 1. chú 2 mẹ/má 3. ông bà 4. người lạ
5. gia đình 6. con gái   **3** 1. ① 2. ⑤ 3. ④ 4. ② 5. ③

신체와 외모

🎧 MP3를 들어보세요

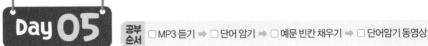

mắt 눈

tai 귀

mặt 얼굴

cổ 목

ngực 가슴

tay 손

ngón tay 손가락

đầu 머리

mũi 코

miệng 입

vai 어깨

cánh tay 팔

bụng 복부

chân 다리

ngón chân 발가락

bàn chân 발

089

cơ thể
몸, 신체

✎ _____ yếu đuối.
신체가 허약하다.

090

tóc
머리카락

Bạn cắt _____ ở đâu?
어디에서 이발했어요?

091

hói đầu
대머리

Anh Huy dần dần bị _____.
Huy 씨는 점점 대머리가 되어 가고 있다.

092

quăn
곱슬머리의, 곱슬곱슬한

Tóc của mình _____ và dài.
내 머리는 긴 곱슬머리이다.

093

lưỡi
혀

Thè _____ ra để tôi xem.
혀를 내밀어 보세요.

094

ngón tay
손가락

Cô ấy đã quấn _____ của tôi.
그녀가 내 손가락에 붕대를 감아 주었다.

095

đầu gối
무릎

Đau _____ một chút nhưng không sao.
무릎이 조금 아프지만 괜찮아요.

096

mắt cá chân
발목

_____ đang bị sưng.
발목이 부어 있어요.

097

lưng
허리

Do ngồi ghế lâu nên đau _____.
의자에 오래 앉아있었더니 허리가 아프다.

098

râu
턱수염

Ông ấy đang vuốt _____ cằm.
그는 턱수염을 쓰다듬고 있다.

099

da
피부

Kem này phù hợp cho bất cứ
loại _____ nào cả.
이 크림은 모든 피부 타입에 가능해요.

100

trông có vẻ
~하게 보이다

Cô diễn viên đó _____
mệt.
그 여배우는 피곤해 보인다.

101

già
나이 든, 늙은

Họ đang _____ đi.
그들은 늙어 가고 있다.

102

trẻ
나이 어린, 젊은

Cô ấy trông _____ hơn tuổi.
그녀는 나이에 비해 어려 보인다.

103

cân nặng

몸무게, 체중

Bạn phải giảm ✏ ▨▨▨▨▨▨.

체중을 줄이셔야 해요.

104

quá cân

과체중인

Mỹ nghĩ rằng cô ấy ▨▨▨▨▨▨.

Mỹ는 자신이 과체중이라고 생각한다.

105

thon thả

날씬한

Làm thế nào bạn giữ ▨▨▨▨▨▨ như vậy?

어떻게 그렇게 날씬한 몸매를 유지하세요?

106

cao

키가 큰, 높은

Tôi ▨▨▨▨▨ hơn bạn.

제가 당신보다 키가 커요.

107

đẹp

아름다운, 예쁜, 잘생긴

Cô ấy có một đôi mắt ▨▨▨▨▨.

그녀는 아름다운 눈을 가지고 있다.

108

thấp

키가 작은, 낮은

Anh ấy ▨▨▨▨▨ nhưng chơi bóng rổ rất giỏi.

그는 단신이지만 농구를 매우 잘한다.

109

giữ gìn sức khỏe

건강을 유지하다

Bơi lội rất tốt để ▨▨▨▨▨▨.

수영이 건강 유지에 좋다.

플러스 단어

trán	이마	**móng chân**	발톱
lông mày	눈썹	**vân tay**	지문
lông mi	속눈썹	**tàn nhang**	주근깨
mí mắt	눈꺼풀	**mụn**	여드름
lỗ mũi	콧구멍	**tóc giả**	가발
môi	입술	**tóc thẳng**	직모
răng	이, 치아	**tóc quăn**	파마머리
má	뺨	**tóc vàng**	금발 머리
hàm	위턱	**rụng tóc**	탈모
cằm	아래턱	**trái xoan**	달걀형의
ria mép	콧수염	**góc cạnh**	각진
râu rìa	구레나룻	**tròn**	둥글둥글한
khuỷ tay	팔꿈치	**giảm cân**	살이 빠지다, 살을 빼다
cổ tay	팔목	**mập ra**	살이 찌다
đùi	허벅지	**cơ bắp**	근육
ngón chân	발가락	**bụng bia**	술배
móng tay	손톱	**giữ dáng**	몸매를 유지하다

1 다음 단어의 뜻을 적어 보세요.

1 trông có vẻ _____

2 mắt cá chân _____

3 quá cân _____

4 thấp _____

5 lưỡi _____

6 đẹp _____

2 다음 뜻을 베트남어로 써 보세요.

1 피부 _____

2 곱슬머리의, 곱슬곱슬한 _____

3 건강을 유지하다 _____

4 턱수염 _____

5 무릎 _____

6 몸무게, 체중 _____

3 베트남어와 우리말 뜻을 알맞게 연결해 보세요.

1 머리카락 •

① cơ thể

2 손가락 •

② tóc

3 날씬한 •

③ ngón tay

4 대머리 •

④ thon thả

5 몸, 신체 •

⑤ hói đầu

---

1 1. ~하게 보이다 2. 발목 3. 과체중인 4. 키가 작은, 낮은 5. 혀 6. 아름다운, 예쁜, 잘생긴 **2** 1. da 2. quăn 3. giữ gìn sức khỏe 4. râu 5. đầu gối 6. cân nặng **3** 1. ② 2. ③ 3. ④ 4. ⑤ 5. ①

감정과 느낌 표현

🎧 MP3를 들어보세요

vui
기쁜, 기분 좋은

buồn
슬픈

giận
화난

ngạc nhiên
놀란

cười
웃음; 웃다

khóc
울다

110

☐
☐
☐

cảm thấy
느끼다, ~한 기분이 들다

Hôm nay 🖉 thế nào?
오늘은 기분이 어떠세요?

111

☐
☐
☐

hạnh phúc
기분 좋은, 행복한

Mong gia đình .
가정의 행복을 빕니다.

112

☐
☐
☐

buồn
슬픈

Đừng như thế.
그렇게 슬퍼하지 마세요.

113

☐
☐
☐

hồi hộp
긴장한, 불안한

Tôi một chút.
좀 긴장되네요.

114

☐
☐
☐

giận
화내는, 화난

Chắc chắn anh ấy sẽ .
그는 분명 화낼 거예요.

115

☐
☐
☐

thích
좋아하다, 마음에 들다

Bạn có uống cà phê không?
커피 마시는 것을 좋아하세요?

116

☐
☐
☐

ghét
싫어하다, 미워하다

Cô ấy việc của cô ấy.
그녀는 자신의 일을 매우 싫어한다.

117

☐
☐ **khóc**
☐ 울다

Đừng ✏️ ▨▨▨ **nữa.**
그만 울어.

118

☐
☐ **may mắn**
☐ 운 좋은; 행운

Hôm nay là ngày ▨▨▨▨▨▨ **.**
오늘은 운이 좋은 날이네요.

119

☐
☐ **xin lỗi**
☐ 미안하다, 실례하다

Tôi ▨▨▨▨▨ **về chuyện hôm qua.**
어젯밤 일은 미안해요.

120

☐
☐ **lo lắng**
☐ 걱정; 걱정하다

Đừng ▨▨▨▨▨▨ **về việc của tôi.**
제 일에 대해서는 걱정하지 마세요.

121

☐
☐ **vui**
☐ 기쁜, 기분 좋은

Rất ▨▨▨ **được gặp.**
만나게 되어 매우 기쁘네요.

122

☐
☐ **hay**
☐ 재미있는

Nó rất là ▨▨▨ **.**
엄청 재미있었어요.

123

☐
☐ **vui vẻ**
☐ 즐거운, 유쾌한

Chúc cuối tuần ▨▨▨▨▨ **nhé.**
즐거운 주말 보내세요.

124

☐ **tự hào**
☐
☐ 자랑스러워하는

Tôi rất 🖉 _____ về bạn.
당신이 자랑스러워요.

125

☐ **cười**
☐
☐ 웃음; 웃다

Cô ấy luôn luôn _____.
그녀는 항상 웃음을 짓고 있다.

126

☐ **nhớ**
☐
☐ 그리워하다, 보고 싶다

Tôi sẽ _____ bạn nhiều.
당신이 많이 보고 싶을 거예요.

127

☐ **ngạc nhiên**
☐
☐ 놀란

Chúng tôi đã _____ về kết quả đó.
우리는 그 결과에 놀랐다.

128

☐ **thú vị**
☐
☐ 흥미로운

Đó là ý kiến thật _____.
그거 정말 흥미로운 생각이네요.

129

☐ **sợ**
☐
☐ 겁먹은, 무서워하는

Tôi thất _____ suýt chết.
겁나 죽겠어요.

130

☐ **chắc chắn**
☐
☐ 확신하는

Bạn _____ khóa cửa không?
문 잠근 거 확실해요?

플러스 단어

vui mừng	기쁜, 반가운	**cô đơn**	외로운, 고독한
hài lòng	만족하는	**không may**	불운한
bất hạnh	불행한	**ấn tượng**	인상 깊은
mất hồn	정신 나간	**ghen tị**	질투하는
bị sốc	충격 받은	**hứng thú**	흥분한, 재미있는
sợ hãi	두려워하는, 무서워 놀란	**tồi tệ**	비참한, 초라한
không hài lòng	불만족스러운	**ghét**	혐오하다, 싫어하다
thất vọng	실망한	**không thích**	좋아하지 않다
bối rối	혼란스러운	**hối hận**	후회하다
ngỡ ngang	당혹한, 당황스러운	**thắc mắc**	궁금해하다
xấu hổ	부끄러운, 창피한	**lo sợ**	두려움; 두려워하다
yên tâm	안심하는	**ghen**	시샘하는
bực mình	짜증이 나는	**cười nhạo**	비웃다, 조롱하다
sướng	기쁜, 기분 좋은	**tự tin**	자신 있는
chán	지루한, 따분한	**chán nản**	낙담시키다; 섭섭한
buồn cười	우스운	**kích thích**	자극하다
được cảm động	감동받은	**cân nhắc**	주의를 기울이다, 숙고하다

미니 테스트

단어 암기 동영상을
보면서 복습하세요

1 다음 단어의 뜻을 적어 보세요.

1 hồi hộp _____   2 vui vẻ _____

3 ghét _____   4 nhớ _____

5 sợ _____   6 cảm thấy _____

2 다음 뜻을 베트남어로 써 보세요.

1 운 좋은; 행운 _____   2 웃음; 웃다 _____

3 놀란 _____   4 울다 _____

5 미안하다, 실례하다 _____ 6 재미있는 _____

3 베트남어와 우리말 뜻을 알맞게 연결해 보세요.

1 걱정; 걱정하다   ·   ① giận

2 확신하는   ·   ② thú vị

3 흥미로운   ·   ③ tự hào

4 자랑스러워하는   ·   ④ lo lắng

5 화내는, 화난   ·   ⑤ chắc chắn

1 1. 긴장한, 불안한 2. 즐거운, 유쾌한 3. 싫어하다, 미워하다 4. 그리워하다, 보고 싶다 5. 겁먹은, 무서워하는
6. 느끼다, ~한 기분이 들다 **2** 1. may mắn 2. cười 3. ngạc nhiên 4. khóc 5. xin lỗi 6. hay
3 1. ④ 2. ⑤ 3. ② 4. ③ 5. ①

성격 표현하기

🎧 MP3를 들어보세요

tốt bụng
친절한

tham vọng
야심 있는

siêng năng
근면한

thân thiện
상냥한, 우호적인

ích kỷ
이기적인

hoạt bát
활발한, 활동적인

131

☐
☐
☐

hiền lành
착한, 상냥한

Bạn rất là ✎ ▨▨▨▨▨▨.

정말 상냥하시네요.

132

☐
☐
☐

ít nói
말수가 적은, 묵묵한

Anh ta vốn là người ▨▨▨▨▨▨.

그는 원래 말이 없는 사람이다.

133

☐
☐
☐

thân thiện
친근한, 우호적인

Cô ấy bắt chuyện trước một cách ▨▨▨▨▨▨.

그녀는 친근하게 말을 걸었다.

134

☐
☐
☐

tò mò
호기심 많은, 관심이 많은

Em ấy ▨▨▨▨▨▨ đến mọi thứ.

그 애는 모든 것에 호기심이 많다.

135

☐
☐
☐

siêng năng
근면한, 부지런한

Anh ấy là nhân viên ▨▨▨▨▨▨.

그는 부지런한 직원이다.

136

☐
☐
☐

thô lỗ
무례한

Tôi không có ý ▨▨▨▨▨▨.

무례하게 굴려던 것은 아니었어요.

137

☐
☐
☐

cẩn thận
신중한, 조심성 있는

▨▨▨▨▨▨ nhé!

조심해요!

138

mắc cỡ
수줍어하는

Tôi ✏ _____ khi mới gặp lần đầu.
저는 처음 사람을 만나면 수줍어해요.

139

nói thẳng
솔직하게 말하다, 직접 말하다

Hãy _____ ra.
솔직하게 말해 주세요.

140

hoạt bát
활발한, 활동적인

Anh ấy không _____ như bạn.
그는 당신처럼 활동적이지 않아요.

141

tham vọng
야심 있는

Hãy lấy _____ như cô ấy.
그녀처럼 야심을 품어 보세요.

142

lịch sự
공손한, 예의 바른

Tôi đã cố gắng để có thái độ
_____ .
저는 공손하게 굴려고 애썼어요.

143

hào phóng
관대한, 너그러운

Rất là _____ đấy.
참 너그러우시네요.

144

quan tâm
관심을 가지다

Chị Thoa luôn _____ đến
người khác.
Thoa는 항상 다른 사람에게 관심이 많다.

145

☐
☐
☐

tàn nhẫn
잔인한

Anh ấy là kẻ sát nhân ✎   .
그는 잔인한 살인자이다.

146

☐
☐
☐

trung thành
신의 있는, 충직한

Tôi chưa bao giờ thấy chú chó
      như thế.
저는 그렇게 충성스러운 개는 본 적이 없어요.

147

☐
☐
☐

ích kỷ
이기적인

Làm sao lại bạn   như
thế?
당신은 어쩜 그리 이기적이에요?

148

☐
☐
☐

dễ chịu
(성격이) 편한, 지내기 쉬운

Tôi thấy   với những
người lớn tuổi hơn.
저는 저보다 나이 많은 분들을 대하는 게 편해요.

149

☐
☐
☐

nghiêm khắc
엄격한

Bố tôi là người cha   .
나의 아버지는 엄격한 분이다.

150

☐
☐
☐

khó tính
까다로운

Hôm nay lại bạn rất là   .
오늘따라 아주 까다롭게 구시네요.

151

☐
☐
☐

có trách nhiệm
책임감 있는

Tôi cũng   về việc
này.
저도 그 일에 책임이 있어요.

vui vẻ	명랑한	**tính mạo hiểm**	모험적인
lười biếng	게으른	**năng lượng**	에너지가 넘치는
dũng cảm	용감한	**tích cực**	긍정적인
nghiêm túc	진지한	**tiêu cực**	부정적인
khiêm tốn	겸손한	**thong thả**	느긋한, 태평한
bền vững	변함없는, 지속적인	**năng động**	능동적인
hấp dẫn	매력적인	**thụ động**	수동적인
đê tiện	비열한	**lạc quan**	낙천적인
có tính bạo lực	폭력적인	**bi quan**	비관적인
cao ngạo	거만한	**hướng nội**	내성적인, 속마음을 드러내지 않는
buồn rầu	우울한	**hướng ngoại**	외향적인
giảo	교활한	**dễ tính**	온순한, 고분고분한
dí dỏm	재치 있는	**tính công kích**	공격적인
ngây thơ	순진한, 순수한	**thận trọng**	신중한, 치밀한
đáng tin	믿을 만한	**khó chịu**	지내기 힘든
kiên trì	집요한, 끈질긴	**chăm chỉ**	열심히 하는, 성실한
nói nhiều	수다스러운		

1 다음 단어의 뜻을 적어 보세요.

1 **nói thẳng** _____

2 **tò mò** _____

3 **ích kỷ** _____

4 **có trách nhiệm** _____

5 **cẩn thận** _____

6 **thô lỗ** _____

2 다음 뜻을 베트남어로 써 보세요.

1 활발한, 활동적인 _____

2 친절한 _____

3 관심을 가지다 _____

4 (성격이) 편한, 지내기 쉬운 _____

5 근면한, 부지런한 _____

6 까다로운 _____

3 베트남어와 우리말 뜻을 알맞게 연결해 보세요.

1 잔인한   ·

① **tham vọng**

2 관대한, 너그러운   ·

② **mắc cỡ**

3 야심 있는   ·

③ **tàn nhẫn**

4 친근한, 우호적인   ·

④ **hào phóng**

5 수줍어하는   ·

⑤ **thân thiện**

1 1. 솔직하게 말하다, 직접 말하다 2. 호기심 많은, 관심이 많은 3. 이기적인 4. 책임감 있는 5. 신중한, 조심성 있는 6. 무례한 **2** 1. hoạt bát 2. tốt bụng 3. quan tâm 4. dễ chịu 5. siêng năng 6. khó tính **3** 1. ③ 2. ④ 3. ① 4. ⑤ 5. ②

Day 08

사람의 일생

🎧 MP3를 들어보세요

em bé 아기

trẻ em 어린이, 아이

người lớn 어른, 성인

kết hôn 결혼하다

người già 노인

chết 죽다

152

☐ ☐ ☐ **cuộc sống**
인생, 삶, 생활

▨ ▨ rất ngắn nên đừng lãng phí.
인생은 짧으니 낭비하지 마세요.

153

☐ ☐ ☐ **sinh**
태어나다

Anh ấy ▨ năm 2000.
그는 2000년에 태어났다.

154

☐ ☐ ☐ **em bé**
아기

Tôi không chịu được những ▨ khóc.
나는 우는 아기들을 견딜 수 없다.

155

☐ ☐ ☐ **trẻ em**
어린이, 아이

Đừng coi tôi như ▨.
저를 어린아이처럼 대하지 마세요.

156

☐ ☐ ☐ **lớn lên**
자라다

Tôi đã ▨ tại thành phố Busan.
나는 부산에서 자랐다.

157

☐ ☐ ☐ **thanh niên**
청년, 청소년, 젊은이

Anh ấy đã trưởng thành một ▨ tốt hơn.
그는 더 훌륭한 청년으로 성장했다.

158

☐ ☐ ☐ **tuổi**
~살, ~세

Năm nay chúng tôi 30 ▨.
우리는 올해 서른 살이다.

159
□
□ **người lớn**
□ 어른, 성인

Giá vé cho ✏️ ▓▓▓▓▓▓ thì bao nhiêu?
성인용 표는 얼마예요?

160
□
□ **gặp**
□ 만나다

Bạn đã ▓▓▓▓ bạn trai tôi bao giờ chưa?
내 남자 친구를 만난 적 있니?

161
□
□ **yêu**
□ 사랑하다

Họ là quan hệ ▓▓▓▓ nhau.
그들은 서로 사랑하는 사이이다.

162
□
□ **cãi nhau**
□ 싸우다, 따지다

Chúng tôi đã ▓▓▓▓▓▓ ồn ào.
우리는 시끄럽게 싸웠다.

163
□
□ **kết hôn**
□ 결혼하다

Chúng tôi đã ▓▓▓▓▓▓ lúc 20 tuổi.
우리는 스무살에 결혼했다.

164
□
□ **vợ**
□ 아내

Chúng tôi là quan hệ ▓▓▓▓ chồng.
우리는 부부예요.

165
□
□ **chồng**
□ 남편

Người đó là ▓▓▓▓ cũ của tôi
그 사람은 저의 전 남편이에요.

166

☐ ☐ ☐ **sống**
살다, 생존하다

Ông tôi ✎ ▨▨▨ đến 72 tuổi.
할아버지는 72세까지 사셨다.

167

☐ ☐ ☐ **thời thơ ấu**
어린 시절

Tôi có những kỷ niệm hạnh phúc trong ▨▨▨▨.
내게는 행복한 어린 시절의 추억이 있다.

168

☐ ☐ ☐ **sinh nhật**
생일

Bao giờ là ▨▨▨▨ của bạn?
생일이 언제예요?

169

☐ ☐ ☐ **độc thân**
독신; 독신생활을 하다

Hiện nay nhiều người tận hưởng cuộc sống ▨▨▨▨.
현대에는 많은 이들이 독신생활을 즐긴다.

170

☐ ☐ ☐ **già**
늙은, 나이 든

không thể ngăn chặn được ▨▨▨ đi.
나이 드는 것을 막을 수는 없다.

171

☐ ☐ ☐ **qua đời**
돌아가시다, 서거하다

Bà ấy ▨▨▨▨ do bệnh nặng.
할머니는 심한 병으로 돌아가셨다.

172

☐ ☐ ☐ **chết**
죽다

Anh ta ▨▨▨ đột ngột.
그는 급사했다.

đàn ông	남자	**cầu hôn**	청혼하다
cô gái	여자	**đám cưới**	결혼식
tuổi	나이	**lấy chồng**	시집가다
trẻ sơ sinh	신생아, 갓 태어난 아기	**lấy vợ**	장가가다
đứa trẻ	아이	**bánh cưới**	결혼 케이크
cậu bé	사내아이, 소년	**có thai**	임신한
cô bé	소녀	**sinh con**	출산하다
buổi xem mặt	소개팅	**ngày kỷ niệm**	기념일
môi giới	중매인	**cặp bồ**	바람피우다, 외도하다
hẹn hò	데이트하다, 연애하다	**sống riêng**	별거하다
bạn trai	남자 친구	**ly hôn**	이혼; 이혼하다
bạn gái	여자 친구	**người góa phụ**	과부
người yêu	애인	**người góa vợ**	홀아비
chia tay	헤어지다	**mất**	돌아가시다, 잃다
đính hôn	약혼하다	**tang lễ**	장례식
chú rể	신랑	**mộ**	무덤
cô dâu	신부	**đám hỏi**	상견례

1 다음 단어의 뜻을 적어 보세요.

1 già _____

2 thanh niên _____

3 sinh _____

4 cãi nhau _____

5 cuộc sống _____

6 độc thân _____

2 다음 뜻을 베트남어로 써 보세요.

1 남편 _____

2 돌아가시다, 서거하다 _____

3 어린이, 아이 _____

4 ~살, ~세 _____

5 생일 _____

6 만나다 _____

3 베트남어와 우리말 뜻을 알맞게 연결해 보세요.

1 자라다   •   ① sống

2 어른, 성인   •   ② lớn lên

3 죽다   •   ③ thời thơ ấu

4 어린 시절   •   ④ người lớn

5 살다, 생존하다   •   ⑤ chết

1 1. 늙은, 나이든 2. 청년, 청소년, 젊은이 3. 태어나다 4. 싸우다, 따지다 5. 인생, 삶, 생활 6. 독신; 독신생활을 하다 **2** 1. chồng 2. qua đời 3. trẻ em 4. tuổi 5. sinh nhật 6. gặp **3** 1. ② 2. ④ 3. ⑤ 4. ③ 5. ①

Day 09

공부
순서 ☐ MP3 듣기 ➡ ☐ 단어 암기 ➡ ☐ 예문 빈칸 채우기 ➡ ☐ 단어암기 동영상

계절과 날씨

🎧 MP3를 들어보세요

nắng 화창한

âm u 흐린, 구름 낀

mưa 비

tuyết 눈

gió 바람

bão 폭풍, 태풍

173

☐ ☐ ☐

mùa
계절

Bạn thích nhất _[✎_____]_ nào?

어떤 계절을 가장 좋아하세요?

174

☐ ☐ ☐

mùa xuân
봄

Những loại hoa nở vào [_____].

봄에는 여러 종류의 꽃들이 핀다.

175

☐ ☐ ☐

mùa hè / mùa hạ
여름

Vào [_____] được tổ chức nhiều lễ hội.

여름에는 많은 축제가 열린다.

176

☐ ☐ ☐

mùa thu
가을

[_____] là mùa hợp nhất để đọc sách.

가을은 독서하기에 가장 적절한 계절이다.

177

☐ ☐ ☐

mùa đông
겨울

Chúng tôi ở Hawaii trong [_____].

우리는 겨울을 하와이에서 보냈다.

178

☐ ☐ ☐

thời tiết
날씨

[_____] thế nào rồi?

날씨가 어때요?

179

☐ ☐ ☐

nhiệt độ
기온, 온도

[_____] giảm mạnh.

기온이 뚝 떨어졌다.

180

☐
☐
☐

nóng
더운

Ở đây thì hơi 🖉 ▨▨▨▨ nhỉ?
여긴 좀 덥지 않나요?

181

☐
☐
☐

lạnh
추운, 차가운

Tôi bị đau tai do gió ▨▨▨▨.
차가운 바람 때문에 귀가 시렸다.

182

☐
☐
☐

mát mẻ
시원한

Gió thu này ▨▨▨▨▨▨ lắm.
가을바람이 정말 시원해요.

183

☐
☐
☐

sảng khoái
상쾌한

Không khí ban đem ▨▨▨▨▨.
밤공기가 상쾌하다.

184

☐
☐
☐

ẩm
습한, 축축한

Tôi không thích thời tiết nóng và
▨▨▨▨.
나는 후덥지근한 날씨를 싫어한다.

185

☐
☐
☐

mưa
비

Đang trời ▨▨▨▨ cả ngày.
하루 종일 비가 내리고 있다.

186

☐
☐
☐

tuyết
눈

Mùa đông năm nay ▨▨▨▨ rời nhiều.
올해 겨울엔 눈이 많이 내렸다.

187

☐
☐ **ô**
☐ 우산 (남부 dù)

Bạn có cái 🖉 không?
우산 있어요?

188

☐ **nắng**
☐
☐ 화창한

Hôm nay thời tiết đẹp lắm.
오늘은 정말 화창한 날이네요.

189

☐ **âm u**
☐
☐ 흐린, 구름 낀

Trời khá nên không
được đi dã ngoại.
날씨가 상당히 흐리기 때문에 소풍을 못 갔어요.

190

☐ **gió**
☐
☐ 바람

Anh ấy đi bộ đường thổi.
그는 바람 부는 거리를 걸어갔다.

191

☐ **sương mù**
☐
☐ 안개

Hãy lái xe cẩn thận khi
có nhiều.
안개가 낀 날에는 운전을 조심하세요.

192

☐ **bão**
☐
☐ 폭풍우, 태풍

đang tới gần biển.
태풍이 바다 근처로 오고 있어요.

193

☐ **lũ lụt**
☐
☐ 홍수; 물에 잠기다

Con đường bị hư hại do .
홍수로 도로가 큰 피해를 입었다.

khí hậu	기후	ấm áp	따뜻한
dự báo thời tiết	일기예보	đông cứng	얼다
sấm sét	천둥	thổi	(바람이) 불다
chớp	번개	độ ẩm	습도
trời tạnh	(날씨가) 개다	thiên tai	재해
dông	뇌우	tự nhiên	자연
bão tuyết	눈보라	sóng thần	쓰나미
người tuyết	눈사람	cơn lốc xoáy	토네이도
trò ném tuyết	눈싸움	động đất	지진
mưa đá	우박	khẩu trang	마스크
mưa tuyết	진눈깨비	quạt máy	선풍기
cầu vồng	무지개	máy lạnh	에어컨
mưa rào	소나기	máy nước nóng	온수기
mùa mưa dầm	장마철	máy sưởi	난방기
lượng mưa	강수량	độ F	화씨의
bão cát	황사	độ C	섭씨의
hạn hán	가뭄	ô nhiễm không khí	대기 오염
trái đất nóng lên	지구 온난화	ô nhiễm môi trường	환경 오염

단어 암기 동영상을
보면서 복습하세요

1 다음 단어의 뜻을 적어 보세요.

1 mùa xuân _____

2 mát mẻ _____

3 nóng _____

4 lũ lụt _____

5 nắng _____

6 thời tiết _____

2 다음 뜻을 베트남어로 써 보세요.

1 흐린, 구름 낀 _____

2 여름 _____

3 우산 _____

4 폭풍우, 태풍 _____

5 계절 _____

6 비 _____

3 베트남어와 우리말 뜻을 알맞게 연결해 보세요.

1 습한, 축축한　　·

① gió

2 바람　　·

② mùa thu

3 기온, 온도　　·

③ lạnh

4 가을　　·

④ nhiệt độ

5 추운, 차가운　　·

⑤ ẩm

1 1. 봄　2. 시원한　3. 더운　4. 홍수; 물에 잠기다　5. 화창한　6. 날씨　**2** 1. âm u　2. mùa hè　3. ô　4. bão
5. mùa　6. mưa　**3** 1. ⑤　2. ①　3. ④　4. ②　5. ③

동·식물과 자연

🎧 MP3를 들어보세요

chó 개

mèo 고양이

gà 닭

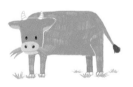

bò 소

ngựa 말

lợn 돼지

194

☐
☐ **động vật**
☐ 동물

Thanh là người thích nuôi
✎ _____.
Thanh은 동물 애호가이다.

195

☐
☐ **chim**
☐ 새

Cũng có những con _____ không bay được.
날지 못하는 새들도 있다.

196

☐
☐ **cá**
☐ 물고기

Có bắt được nhiều _____ chưa?
물고기 좀 잡았어요?

197

☐
☐ **thú cưng**
☐ 애완동물

Không cho phép mang _____ vào.
애완동물 출입 금지.

198

☐
☐ **côn trùng**
☐ 곤충

Diệt _____ hết
곤충들을 모두 박멸해버리다.

199

☐
☐ **nuôi**
☐ (동물을) 기르다

Chúng tôi _____ 2 con chó.
우리는 개 두 마리를 기른다.

200

☐
☐ **đẻ**
☐ 낳다

Gà mái vừa _____ trứng.
암탉이 방금 알을 낳았다.

201

☐
☐ **trồng**
☐ 심다, 재배하다

Cô ta đã ✎▨▨▨▨ thảo mọc.
그녀는 화분에 허브를 심었다.

202

☐
☐ **cây**
☐ 나무

Anh ấy thích leo ▨▨▨▨▨.
그는 나무 타기를 좋아한다.

203

☐
☐ **hoa**
☐ 꽃

Đó là ▨▨▨▨▨ giả.
그것들은 조화이다.

204

☐
☐ **lá**
☐ 잎, 나뭇잎

Quét ▨▨▨▨ sân cho tôi nhé.
마당의 나뭇잎들을 쓸어 주세요.

205

☐
☐ **hạt**
☐ 씨, 씨앗

Gieo ▨▨▨▨▨ trên ruộng
밭에 씨를 뿌리다.

206

☐
☐ **canh tác**
☐ 경작하다

Đất ấy không phù hợp với điều kiện
▨▨▨▨▨▨.
그 땅은 경작하기에 부적합하다.

207

☐
☐ **tưới**
☐ 물을 주다, 흠뻑 적시다

▨▨▨▨▨ nước cho hoa vào mỗi buổi
sáng.
아침마다 꽃에 물을 주세요.

208
☐
☐ tự nhiên
☐ 자연

Nó trái lại với 🖉 ░░░░░░░ .
그것은 자연의 법칙에 어긋난다.

209
☐
☐ núi
☐ 산

Leo lên ░░░░░ đó không dễ.
그 산은 오르기가 쉽지 않다.

210
☐
☐ sông
☐ 강

Con ░░░░░░ này chảy vào biển.
이 강물은 바다로 유입된다.

211
☐
☐ rừng
☐ 숲

Họ bị lạc đường trong ░░░░░░ .
그들은 숲 속에서 길을 잃었다.

212
☐
☐ cánh đồng
☐ 들판

Con bò đang ăn cỏ trên ░░░░░░░ .
소가 들판에서 풀을 뜯고 있어요.

213
☐
☐ sa mạc
☐ 사막

Trước đây khu này là ░░░░░░ .
이곳은 예전에 사막이었다.

214
☐
☐ đảo
☐ 섬

Nhật bản là ░░░░░ quốc đảo được
tại thành 4 đảo.
일본은 4개의 섬으로 이루어진 섬나라이다.

chó con	강아지	đất liền	땅, 육지
mèo con	새끼 고양이	lục địa	대륙
vịt	오리	hoa hồng	장미
thỏ	토끼	hoa huệ	백합
chuột hamster	햄스터	hoa mặt trời	해바라기
động vật hoang dã	야생동물	hoa tulip	튤립
gấu	곰	cây sồi	참나무
khỉ	원숭이	cây thông	소나무
voi	코끼리	cây phong	단풍나무
rắn	뱀	rễ	뿌리
cá voi	고래	thân cây	줄기
rùa	거북	cây xương rồng	선인장
sư tử	사자	cỏ dại	잡초
hà mã	하마	đồi	언덕
cá sấu	악어	hồ	호수
cá mập	상어	đồng cỏ	목초지
đại dương	대양, 바다	vườn cây ăn quả	과수원

74

단어 암기 동영상을 보면서 복습하세요

1 다음 단어의 뜻을 적어 보세요.

1 hạt _____

2 rừng _____

3 sông _____

4 trồng _____

5 nuôi _____

6 cánh đồng _____

2 다음 뜻을 베트남어로 써 보세요.

1 곤충 _____

2 산 _____

3 낳다 _____

4 물고기 _____

5 섬 _____

6 경작하다 _____

3 베트남어와 우리말 뜻을 알맞게 연결해 보세요.

1 애완동물   •   ① hoa

2 자연   •   ② sa mạc

3 잎, 나뭇잎   •   ③ tự nhiên

4 사막   •   ④ thú cưng

5 꽃   •   ⑤ lá

1 1. 씨, 씨앗 2. 숲 3. 강 4. 심다, 재배하다 5. (동물을) 기르다 6. 들판   **2** 1. côn trùng 2. núi 3. đẻ 4. cá 5. đảo 6. canh tác   **3** 1. ④ 2. ③ 3. ⑤ 4. ② 5. ①

우리 집

🎧 MP3를 들어보세요

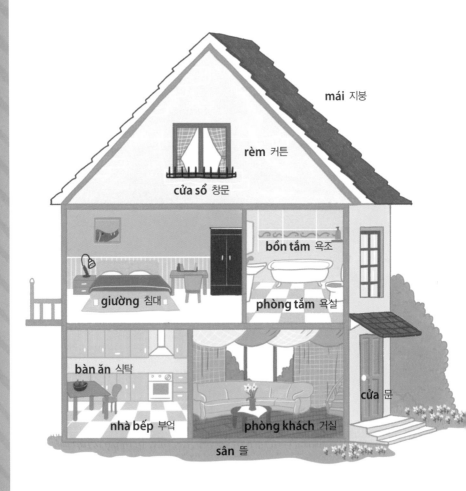

mái 지붕

rèm 커튼

cửa sổ 창문

bồn tắm 욕조

giường 침대

phòng tắm 욕실

bàn ăn 식탁

cửa 문

nhà bếp 부엌

phòng khách 거실

sân 뜰

215

☐ **nhà**
☐ 집
☐

Từ đây đến ✏️ ▨ tôi khong xa lắm.
우리 집은 여기에서 그다지 멀지 않아요.

216

☐ **phòng**
☐ 방
☐

Tôi muốn được ▨ riêng của mình.
제 방을 가지고 싶어요.

217

☐ **cửa**
☐ 문
☐

Đóng ▨ nhẹ nhàng rồi nhé.
문을 살살 닫으세요.

218

☐ **cửa sổ**
☐ 창문
☐

Phòng đó không có ▨.
그 방은 창문이 없다.

219

☐ **vườn**
☐ 정원
☐

Tôi thích nhà có ▨.
정원이 있는 집을 선호해요.

220

☐ **sống**
☐ 살다, 거주하다
☐

Họ ▨ ở tầng hầm.
그들은 지하실에서 산다.

221

☐ **đồ nội thất**
☐ 가구
☐

Những ▨ đều trông có vẻ đắt.
가구들이 다 비싸 보이네요.

222

□
□ **tường**
□ 벽, 담

Ai đục lỗ trên ✎ ▨▨▨▨ ?
누가 벽에 구멍을 냈니?

223

□
□ **mái**
□ 지붕, 옥상

Cô ta lấy quả bóng trên ▨▨▨▨.
그녀는 지붕 위의 공을 가져왔다.

224

□
□ **trần**
□ 천장

Nhà này có ▨▨▨▨ cao.
이 집은 천장이 높다.

225

□
□ **sàn**
□ 바닥

Tôi thích ▨▨▨▨ bằng gỗ.
저는 목재 바닥을 좋아해요.

226

□
□ **xây dựng**
□ (건물을) 짓다

Nhà này đã được ▨▨▨▨ bao
lâu rồi?
이 집은 언제 지어진지 얼마나 됐나요?

227

□
□ **chuyển nhà**
□ 이사하다

Tháng sau chúng tôi sẽ ▨▨▨▨.
우리는 다음 달에 이사해요.

228

□
□ **địa chỉ**
□ 주소

Cho tôi biết ▨▨▨▨ được
không?
집 주소 좀 알려주시겠어요?

229

☐
☐ thuê
☐ 임차하다, 임대하다

Ngôi nhà này có tiền 🖊 ▨▨▨ bao nhiêu?
이 집은 집세가 얼마예요?

230

☐
☐ tòa nhà
☐ 건물, 빌딩

▨▨▨ này gần nhà ga.
이 건물은 역에서 가까워요.

231

☐
☐ cầu thang
☐ 계단

▨▨▨ rất dốc.
계단이 매우 가파르네요.

232

☐
☐ thang máy
☐ 엘리베이터

Lên ▨▨▨ nhé.
엘리베이터를 탑시다.

233

☐
☐ bãi đậu xe
☐ 주차장

▨▨▨ ở đâu?
주차장이 어디예요?

234

☐
☐ hóa đơn
☐ 영수증, 청구서

Cho tôi ▨▨▨ nhé.
영수증을 주세요.

235

☐
☐ làng
☐ 동네

Mọi người trong ▨▨▨ đều đã biết cô ấy.
동네 사람들 모두 그녀를 알아요.

집 안에서 볼 수 있는 물건 이름

침실

tủ ngăn kéo	서랍장	gối	베개
tủ áo cố định	붙박이장	khăn trải giường	(침대) 시트
bàn trang điểm	화장대	chăn	담요
bàn cạnh giường	(침대 옆) 사이드 테이블	thảm điện	전기요
đèn cạnh giường	(침대 옆) 램프	tấm che nắng	블라인드
đồng hồ báo thức	자명종	máy tạo độ ẩm	가습기

욕실

bồn tắm	욕조	xà phòng	비누
phòng tắm	샤워실	dầu gội đầu	샴푸
bồn rửa mặt	세면대	kém đánh răng	치약
bồn cầu	변기	bàn chải đánh răng	칫솔
vòi nước	수도꼭지	chỉ nha khoa	치실
khăn	수건	bàn chải kẽ răng	치간 칫솔
máy sấy tóc	헤어드라이어	nước súc miệng	구강 청정제
lược	빗	dao cạo râu	면도기

ghế sô-fa	소파	**TV treo tường**	벽걸이 텔레비전
ghế bành	(1인용) 팔걸이 소파	**nệm**	매트리스
bàn uống trà	(거실용) 탁자	**thảm**	카펫, 양탄자
lò sưởi	난로	**chiếu**	(바닥용) 깔개
tủ sách	책장	**đèn cây**	(바닥에 세워 두는) 램프

tủ lạnh	냉장고	**dao**	칼
tủ đông	냉동고	**thớt**	도마
bồn rửa chén	개수대	**nồi**	냄비
bếp ga	가스레인지	**chảo**	프라이팬
bếp điện	전기레인지	**máy xay**	믹서
lò vi sóng	전자레인지	**máy nướng bánh**	토스터
lò nướng	오븐	**đĩa**	접시
máy rửa chén	식기세척기	**bát**	볼, (우묵하게 파인) 그릇
tủ	수납장, 찬장	**mâm**	쟁반

플러스 단어

ngôi nhà	집	chung cư	아파트
cửa chính	대문, 현관문	tầng thấp	저층
cửa sau	뒷문	tầng cao	고층
ban công	베란다, 발코니	chủ nhà	집주인
gác xép	다락방	người thuê	세입자
ống khói	굴뚝	nhân viên bảo vệ	경비원
hộp thư	우편함	cư dân	거주인, 주민
chuông cửa	초인종	trống	사람이 안 사는
chuông báo cháy	화재경보기	tiền thuê tháng	월세
phòng ăn	식당	trung tâm thành phố	도심, 시내
phòng dưới hầm	지하실	ngoại ô	근교
nhà để xe	차고	đô thị	도시
hàng rào	울타리	nông thôn	시골
giấy dán tường	벽지	thiết kế	설계하다
ổ cắm	콘센트	trang trí	꾸미다, 장식하다
cơ quan bất động sản	부동산 중개소	cải tạo	개조하다, 보수하다
môi giới bất động sản	부동산 중개인	tháo dỡ	철거하다

단어 암기 동영상을
보면서 복습하세요

1 다음 단어의 뜻을 적어 보세요.

1 thuê _____   2 tường _____

3 cửa sổ _____   4 làng _____

5 trần _____   6 xây dựng _____

2 다음 뜻을 베트남어로 써 보세요.

1 가구 _____   2 주차장 _____

3 계단 _____   4 살다, 거주하다 _____

5 주소 _____   6 바닥 _____

3 베트남어와 우리말 뜻을 알맞게 연결해 보세요.

1 이사하다   ·   ① hóa đơn

2 정원   ·   ② phòng

3 영수증, 청구서   ·   ③ mái

4 지붕, 옥상   ·   ④ vườn

5 방   ·   ⑤ chuyển nhà

---

1 1. 임차하다, 임대하다 2. 벽, 담 3. 창문 4. 동네 5. 천장 6. (건물을) 짓다   **2** 1. đồ nội thất 2. bãi đậu xe
3. cầu thang 4. sống 5. địa chỉ 6. sàn   **3** 1. ⑤ 2. ④ 3. ① 4. ③ 5. ②

Day 12

공부
순서 ☐ MP3 듣기 ➡ ☐ 단어 암기 ➡ ☐ 예문 빈칸 채우기 ➡ ☐ 단어암기 동영상

식생활

🎧 MP3를 들어보세요

hoa quả 과일

nước ép 주스

thịt 고기

bánh 빵

phở 쌀국수

trứng gà 달걀

sữa 우유

cơm 밥

canh 국, 탕

cà phê 커피

236

☐ ☐ ☐ **món ăn**
음식

Hãy ăn 🖊 _____ tốt cho sức khỏe.
건강에 좋은 음식을 드세요.

237

☐ ☐ ☐ **bữa ăn**
밥, 식사

Chúng ta đi ra ngoài ho _____ tối nhé?
우리 저녁 식사하러 나갈까요?

238

☐ ☐ ☐ **(bữa) sáng**
아침밥

Tôi thường không ăn _____.
나는 보통 아침밥을 안 먹는다.

239

☐ ☐ ☐ **(bữa) trưa**
점심밥

Bạn sẽ ăn món gì cho _____?
점심으로 뭘 드실래요?

240

☐ ☐ ☐ **(bữa) tối**
저녁밥

Tôi chưa ăn _____.
아직 저녁밥을 못 먹었어요.

241

☐ ☐ ☐ **ăn kiêng**
음식을 가려먹다, 다이어트하다

Bạn không cần _____.
당신은 다이어트할 필요가 없어요.

242

☐ ☐ ☐ **thực đơn**
메뉴, 메뉴판

Cho tôi _____ được không?
메뉴판 좀 주실래요?

243

☐
☐ canh
☐ 수프, 국, 탕

Tôi thích 🖊 gà kiểu Hàn.
나는 한국식 치킨 수프를 좋아한다.

244

☐
☐ bánh
☐ 빵

Cô ấy rất thích ăn ▢.
그녀는 빵을 매우 좋아해요.

245

☐
☐ tráng miệng
☐ 디저트, 후식

Ở đây có món ▢ nào?
여기 후식은 어떤 게 있나요?

246

☐
☐ rau
☐ 채소

ăn ▢ nhiều hơn đi.
채소를 더 많이 드세요.

247

☐
☐ hoa quả
☐ 과일 (남부 trái cây)

Trong nước ép ▢ này có
đường nhiều.
이 과일 주스는 설탕이 많이 들어있어요.

248

☐
☐ hữu cơ
☐ 유기농의

Táo này là táo ▢ phải
không?
이 사과는 유기농 사과인가요?

249

☐
☐ công thức nấu
☐ 조리법, 레시피

Cho tôi biết ▢ phở.
쌀국수 레시피를 알려 주세요.

250

☐
☐
☐

uống
마시다

Bạn nên ✏️ ▇▇▇▇ nước nhiều hơn.
물을 더 마셔야 해요.

251

☐
☐
☐

hương vị
향기와 맛, 풍미

Chẳng có ▇▇▇▇▇ gì nào.
아무런 맛이 나지 않는다.

252

☐
☐
☐

chín
익힌, 요리된

Bò bít tết của tôi thì ▇▇▇▇ một chút nhé.
제 스테이크는 살짝 익혀 주세요.

253

☐
☐
☐

đồ ăn vặt
간식

Tôi sẽ chuẩn bị ▇▇▇▇▇▇ nhé.
간식을 준비해 둘게요.

254

☐
☐
☐

ngon
맛있는

Món ăn đều ▇▇▇▇.
음식이 다 맛있네요.

255

☐
☐
☐

ngọt
(맛이) 단, 달콤한

Tôi thích đồ ▇▇▇▇.
저는 단것을 좋아해요.

256

☐
☐
☐

mặn
(맛이) 짠

Khoai tây chiên thật ▇▇▇▇.
감자튀김이 너무 짜다.

과일

dưa hấu 수박	**đu đủ** 파파야	**lê** 배	**cam** 오렌지
xoài 망고	**đào** 복숭아	**nho** 포도	**măng cụt** 망고스틴
chuối 바나나	**sầu riêng** 두리안	**dâu** 딸기	**táo** 사과

채소

khoai tây 감자	**bắp** 옥수수	**ớt chuông** 피망, 파프리카	**rau muống** 공심채
hành tây 양파	**cà chua** 토마토	**đậu** 콩	**cà tím** 가지
củ cải 무우	**cần tây** 샐러리	**cà rốt** 당근	**rau diếp** 상추
nấm 버섯	**cải bắp** 양배추	**tỏi** 마늘	**rau mùi** 고수 (남부 rau ngo)

육류

thịt bò 소고기	**thịt gà** 닭고기	**thịt lợn** 돼지고기	**thịt nướng** 구운 고기
thịt dê 염소고기	**thịt sườn** 갈비	**thịt cừu** 양고기	**xúc xích** 소시지

해산물

cá hồi 연어	**cá hương** 송어	**mực** 오징어	**cá ngừ** 참치
cá kiếm 황새치	**nghêu** 조개	**cá trích** 청어	**tôm** 새우
cua 게	**cá cơm** 멸치	**hàu** 굴	**tôm hùm** 바닷가재

음료, 주류

nước 물	**nước chanh** 레모네이드	**nước cô ca** 콜라	**trà** 차
nước uống 음료	**rượu vàng** 와인	**bia** 맥주	**cocktail** 칵테일

플러스 단어

thói quen ăn uống	식습관		**hải sản**	해산물
ăn quá no	과식하다		**thịt**	육류
ăn ở ngoài	외식하다		**gia vị**	양념, 향신료
người ăn chay	채식주의자		**đường**	설탕
đồ ăn nhanh	패스트푸드		**muối**	소금
thức ăn chậm	슬로푸드		**đắng**	(맛이) 쓴
thực phẩm kém chất lượng			**chín đều**	(스테이크 등을) 잘 익힌
	불량 식품, 정크 푸드		**nướng bánh**	빵을 굽다
đồ ăn	요리, 음식		**sôi**	삶다, 끓이다
món khai vị	전채요리		**chiên**	볶다, 지지다
món chính	주요리		**hấp**	찌다
món phụ	곁들임 요리		**xong khói**	훈제된

베트남 음식 이름

- -

phở 쌀국수

bún chả 분짜 (삼겹살과 야채로 만든 쌀국수)

bánh xèo 반세오 (베트남식 부침개)

bún bò 분버 (소고기와 향료를 넣어 만든 국수)

cơm chiên 볶음밥

mì quảng 미꽝 (베트남 중부 다낭 지방의 국수)

mì xào 미싸오 (미고랭, 볶음면)

bún thịt nướng 분팃느엉 (구이를 얹은 비빔 쌀국수)

bánh mì 반미 (베트남식 샌드위치)

xôi 찹쌀밥

90

미니 테스트

1 다음 단어의 뜻을 적어 보세요.

1 ăn kiêng _____

2 chín _____

3 hương vị _____

4 công thức nấu _____

5 mặn _____

6 bữa sáng _____

2 다음 뜻을 베트남어로 써 보세요.

1 (맛이) 단, 달콤한 _____

2 메뉴, 메뉴판 _____

3 저녁밥 _____

4 과일 _____

5 디저트, 후식 _____

6 맛있는 _____

3 베트남어와 우리말 뜻을 알맞게 연결해 보세요.

1 채소 •

2 간식 •

3 밥, 식사 •

4 유기농의 •

5 빵 •

① đồ ăn vặt

② hữu cơ

③ bánh

④ rau

⑤ bữa ăn

---

1 1. 음식을 가려먹다, 다이어트하다 2. 익힌, 요리된 3. 향기와 맛, 풍미 4. 조리법, 레시피 5. (맛이) 짠 6. 아침밥 **2** 1. ngọt 2. thực đơn 3. bữa tối 4. hoa quả 5. tráng miệng 6. ngon **3** 1. ④ 2. ① 3. ⑤ 4. ②
5. ③

의복과 미용

🎧 MP3를 들어보세요

mũ 모자

kính 안경

cà vạt 넥타이

đồng hồ 손목시계

áo khoác 재킷

túi xách 가방

quần 바지

giày 구두

257

☐
☐ áo
☐ 옷

Không có ✎░░░░ sạch nào cả.
깨끗한 옷이 하나도 없어요.

258

☐
☐ mặc
☐ 입다

Không quan trọng bạn ░░░░ gì.
무엇을 입고 있는지는 중요하지 않아요.

259

☐
☐ đeo
☐ 쓰다, 걸다, 끼다, 차다

Tôi nên ░░░░ kính.
안경을 써야겠어요.

260

☐
☐ cởi
☐ 벗다

Hãy ░░░░ giày ra.
신발을 벗으세요.

261

☐
☐ thời trang
☐ 유행, 패션

░░░░ năm nay lại là giày bốt
올해 유행은 부츠이다.

262

☐
☐ đôi
☐ 쌍, 벌, 켤레

Tôi cần mua một ░░░░ giày.
신발 한 켤레를 사야겠어요.

263

☐
☐ đồng phục
☐ 제복, 유니폼

Chúng ta mặc ░░░░ không?
유니폼을 입나요?

264

quần jean
청바지

Ai cũng thích [____].
모두가 청바지를 좋아한다.

265

vớ
양말, 스타킹

Anh ấy mang ba đôi [____].
그는 양말을 세 켤레나 신고 있다.

266

găng tay
장갑

Khi chạm vào cái đó, hãy đeo
[____].
그것을 만질 때는 장갑을 끼세요.

267

ví
지갑

Mất [____] rồi trong xe taxi.
지갑을 택시 안에서 잃어버렸어요.

268

mới
새, 새로운

Tôi không cần quần áo [____].
새 옷은 필요 없어요.

269

đá quý
보석

Tên trộm đã lấy tiền mặt và
[____].
도둑은 현금과 보석을 훔쳤다.

270

cỡ
사이즈, 치수

Chiếc váy này có [____] 55 không?
이 치마 55 사이즈가 있나요?

271

☐
☐
☐

màu
색, 색깔

Tôi thích áo có 🖉 ▨▨▨ sáng.
저는 밝은 색깔의 옷을 입는 것을 선호해요.

272

☐
☐
☐

mặc thử
입어 보다

Tôi ▨▨▨▨▨ nó được không?
그거 입어 봐도 돼요?

273

☐
☐
☐

chật
옷이 끼다

Áo khoác này hơi ▨▨▨.
이 재킷은 좀 꽉 끼네요.

274

☐
☐
☐

dây giày
신발 끈

Buộc ▨▨▨▨▨ chặt đi.
신발 끈을 단단히 묶어라.

Tip

색깔 이름

- -

màu đỏ	빨간색	màu đen	검정색
màu hồng	분홍색	màu xám	회색
màu trắng	흰색	màu vàng	금색, 노란색
màu cam	주황색	màu xanh lá cây	초록색
màu bạc	은색	màu nâu	갈색
màu xanh biển	파란색	màu nude	베이지색
màu tím	보라색, 자주색	màu xanh đen	남색

275

☐ ☐ ☐ **gương**
거울

Nhìn lại bản thân mình trong [ ].
거울 속의 당신의 모습을 보세요.

276

☐ ☐ ☐ **mỹ phẩm**
화장품

Có thể lựa chọn [ ] theo độ tuổi.
나이에 따라 화장품을 고를 수 있어요.

277

☐ ☐ ☐ **cắt tóc**
이발하다; 커트

Bạn [ ] rồi hả?
머리 잘랐어요?

278

☐ ☐ ☐ **sành điệu**
세련된, 맵시 있는

Cô ấy luôn quan tâm tới ăn mặc
[ ] của mình.
그녀는 언제나 옷맵시에 신경을 써요.

279

☐ ☐ ☐ **hợp**
잘 어울리다

Nó sẽ [ ] với bạn.
그게 당신에게 잘 어울릴 것 같아요.

Tip

화장품 이름

nước dưỡng da	스킨	chuốt mi	마스카라	
kem dưỡng da	로션	má hồng	블러셔	
kem	크림	son thỏi	립스틱	
phấn phủ	파우더	sơn móng tay		매니큐어
kem nền	파운데이션	nước hoa	향수	

 옷, 신발, 액세서리의 종류

áo thun 티셔츠	**áo len** 스웨터	**áo đầm** 원피스	**quần ngắn** 반바지	**com lê** 양복
áo thể thao 운동복	**áo sơ mi** 와이셔츠	**váy** 치마	**váy liền** 드레스	**váy ngắn** 미니스커트
áo ngủ 잠옷	**bao tay** 손모아장갑	**áo sơ mi nữ** 블라우스	**áo nịt** 카디건	**áo tuxedo** 턱시도
quần yếm 멜빵바지	**áo mưa** 비옷	**áo bơi** 수영복	**áo khoác da** 가죽 재킷	**áo có nón** 후드 티셔츠
áo ghi lê 베스트	**quần lót** 팬티	**áo ngực** 브래지어	**khăn quàng cổ** 목도리	**cái bịt tai** 귀마개
nơ bướm 나비넥타이	**giày thể thao** 운동화	**giày bốt** 부츠	**quần jean** 청바지	**áo không tay** 조끼

Day 13 의복과 미용   **97**

quần áo	의류	**kẻ lưới**	격자무늬의
vải	천	**trơn**	무늬 없는 단색의
áo lót	속옷	**chấm bi**	물방울무늬
cổ áo	옷깃, 칼라	**hình hoa**	꽃무늬의
tay áo	소매	**đồ trang sức**	액세서리, 장신구
nút áo	단추	**phòng thay đồ**	탈의실
dây kéo khóa	지퍼	**tiệm cắt tóc**	미용실
túi	주머니, 호주머니	**tiệm tóc**	이발소
hoa tai	귀걸이	**tiệm nail**	네일샵
dây chuyền	목걸이	**thợ cắt tóc**	이발사
nhẫn	반지	**chăm sóc tóc**	머리 손질
vòng tay	팔찌	**chăm sóc da**	피부 관리
thắt lưng	벨트	**mát-xa**	마사지; 마사지하다
băng tóc	머리띠	**tỉa**	다듬다, 손질하다
hình	패턴, 문양	**uốn tóc**	파마하다
kẻ ô vuông	체크무늬의	**nhuộm tóc**	염색하다
kẻ sọc	줄무늬의	**kiểu**	스타일

미니 테스트

단어 암기 동영상을
보면서 복습하세요

1 다음 단어의 뜻을 적어 보세요.

1 mặc thử _____

2 đá quý _____

3 cởi _____

4 dây giày _____

5 đôi _____

6 vớ _____

2 다음 뜻을 베트남어로 써 보세요.

1 장갑 _____

2 잘 어울리다 _____

3 옷 _____

4 청바지 _____

5 이발하다; 커트 _____

6 제복, 유니폼 _____

3 베트남어와 우리말 뜻을 알맞게 연결해 보세요.

1 거울 ·

① chật

2 세련된, 맵시있는 ·

② ví

3 옷이 끼다 ·

③ gương

4 지갑 ·

④ màu

5 색, 색깔 ·

⑤ sành điệu

---

1 1. 입어 보다 2. 보석 3. 벗다 4. 신발끈 5. 쌍, 벌, 켤레 6. 양말, 스타킹　**2** 1. găng tay 2. hợp 3. áo
4. quần jean 5. cắt tóc 6. đồng phục　**3** 1. ③ 2. ⑤ 3. ① 4. ② 5. ④

Day 14

공부
순서 ☐ MP3 듣기 ➡ ☐ 단어 암기 ➡ ☐ 예문 빈칸 채우기 ➡ ☐ 단어암기 동영상

쇼핑

🎧 MP3를 들어보세요

cửa hàng bách hóa
백화점

cửa hàng quần áo
옷 가게

cửa hàng đồ sắt
철물점

siêu thị
마트

chợ đồ cũ
벼룩시장

chợ nông sản
농산물 시장

280

☐
☐
☐
cửa hàng
가게, 상점

Các _____✏ 　　　 đều đóng cửa rồi.
모든 가게가 문을 닫았다.

281

☐
☐
☐
mua
사다, 구입하다

Tôi đã _____ quần này với 100,000 đồng.
10만동을 주고 이 바지를 샀다.

282

☐
☐
☐
bán
팔다

Có _____ túi rác không?
쓰레기봉투 팔아요?

283

☐
☐
☐
giá
가격

_____ cho trẻ em thì giảm 50%.
어린이 입장권은 반값이다.

284

☐
☐
☐
đắt
값이 비싼 (남부 mắc)

Đồ _____ thì có giá trị thế thôi.
비싼 것은 그만한 가치가 있다.

285

☐
☐
☐
rẻ
값이 싼, 저렴한

Có _____ hơn không hả?
더 저렴한 게 있나요?

286

☐
☐
☐
trả
(돈을) 지불하다

Tôi _____ tiền bằng thẻ tín dụng được không?
신용카드로 지불해도 되나요?

287

☐
☐
☐

khách hàng
손님, 고객

Cô ấy là 🖊 ▓▓▓▓▓▓▓▓ thân thiết của chúng ta.
그녀는 우리의 단골손님이다.

288

☐
☐
☐

tìm
찾다

Đang ▓▓▓▓▓ gì ạ?
어떤 것을 찾고 계세요?

289

☐
☐
☐

đặt
주문; 주문하다

Tôi thấy ▓▓▓▓▓ hàng trực tuyến vẫn là khó.
저는 온라인 주문이 여전히 어렵네요.

290

☐
☐
☐

bao nhiêu
얼마, 몇

Cái đó là ▓▓▓▓▓▓ tiền?
그거 얼마예요?

291

☐
☐
☐

tiền thối
잔돈, 거스름돈

Không cần ▓▓▓▓▓▓▓.
거스름돈은 필요 없어요.

292

☐
☐
☐

chi phí
비용; (비용이) 들다

▓▓▓▓▓▓▓ ăn ngoài lên 600,000 đồng.
외식비가 60만동이 올랐다.

293

☐
☐
☐

tiền mặt
현금

Đang thiếu ▓▓▓▓▓▓▓ một chút.
현금이 좀 모자라요.

294

☐
☐
☐

mang
(물건을) 운반하다, 가져가다

Ăn ở đây hay là [✎] về ạ?
여기서 드실 건가요, 가져가실 건가요?

295

☐
☐
☐

hết
끝내다; 다 떨어진

Sản phẩm đó đã [   ] rồi.
그 상품은 재고가 없다.

296

☐
☐
☐

bán hết
다 팔린, 매진된

Xin lỗi vé được [   ] rồi.
죄송합니다만 표가 다 팔렸어요.

297

☐
☐
☐

giảm giá
할인; 할인하다

Nếu xuất trình thẻ học sinh thì có thể
[   ].
학생증을 제시하시면 할인을 받을 수 있어요.

298

☐
☐
☐

tính tiền
(돈을) 계산하다

[   ] sai rồi.
계산이 잘못됐네요.

299

☐
☐
☐

hoàn (tiền) lại
환불; 환불하다

Cái này có [   ] được
không?
이것을 환불받을 수 있을까요?

300

☐
☐
☐

trả hàng
반품; 반품하다

Có thể [   ] trong vòng
1 tuần.
일주일 내에 반품 가능합니다.

플러스 단어

danh mục mua sắm	쇼핑 목록		**thị trường**	시상
thuế	세금; 납세하다		**trung tâm mua sắm**	쇼핑센터
đồng	동(베트남 화폐 단위)		**cửa hàng giảm giá**	할인점
hàng	상품		**đồ cũ**	중고
thẻ tín dụng	신용카드		**bán sỉ**	도매의; 도매로 팔다
đang sale	세일 중인		**bán lẻ**	소매의; 소매로 팔다
đem ra bán	팔려고 내놓다		**catalô**	카탈로그
~ phần trăm	~ 퍼센트		**đảm bảo**	(품질을) 보장하다
trao đổi	교환; 교환하다		**sản phẩm hỏng**	불량품
bảng giá	가격표		**giao hàng**	배달하다, 배송하다
hợp lý	(가격이) 합리적인		**gói**	포장하다
phiếu mua hàng	쿠폰, 상품권		**mua hàng ngẫu hứng**	충동구매하다
quảng cáo	광고; 광고하다		**nghiện mua sắm**	쇼핑 중독
chọn	고르다, 선택하다		**trộm**	훔치다; 좀도둑
chợ	시장, 마켓		**khai trương**	개장하다

미니 테스트

1 다음 단어의 뜻을 적어 보세요.

1 tính tiền _____

2 chi phí _____

3 đặt _____

4 rẻ _____

5 hoàn (tiền) lại _____

6 hết _____

2 다음 뜻을 베트남어로 써 보세요.

1 손님, 고객 _____

2 할인; 할인하다 _____

3 다 팔린, 매진된 _____

4 현금 _____

5 찾다 _____

6 (돈을) 지불하다 _____

3 베트남어와 우리말 뜻을 알맞게 연결해 보세요.

1 잔돈, 거스름돈 •

① mua

2 반품; 반품하다 •

② trả hàng

3 값이 비싼 •

③ tiền thối

4 운반하다, 가져가다 •

④ đắt

5 사다, 구입하다 •

⑤ mang

1 1. (돈을)계산하다 2. 비용; (비용이) 들다 3. 주문; 주문하다 4. 값이 싼, 저렴한 5. 환불; 환불하다 6. 끝내다; 다 떨어진 **2** 1. khách hàng 2. giảm giá 3. bán hết 4. tiền mặt 5. tìm 6. trả **3** 1. ③ 2. ② 3. ④ 4. ⑤ 5. ①

교통·도로

🎧 MP3를 들어보세요

xe buýt 버스

xe tắc-xi 택시

tàu điện ngầm 지하철

xe đạp 자전거

máy bay 비행기

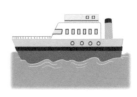

thuyền 배

301 □ □ □

đường sá

길, 도로

Tôi muốn đi bộ trên [✎_____] đó.

나는 그 도로 위를 걷고 싶어요.

---

302 □ □ □

xe ô-tô

차, 자동차

Đi bằng [_____] thì chậm hơn.

차로 가는 게 더 느리다.

---

303 □ □ □

lái xe

운전하다

Tôi không thường [_____].

운전을 많이 하지 않아요.

---

304 □ □ □

đậu xe

주차하다

Tôi có thể [_____] ở đâu?

차를 어디에 주차할 수 있어요?

---

305 □ □ □

giao thông

교통

Cuối tuần này [_____] sẽ phức tạp.

이번 주말은 교통혼잡이 예상됩니다.

---

306 □ □ □

trạm xe buýt

버스 정류장

[_____] gần nhất là ở đâu?

가장 가까운 버스 정류장이 어디예요?

---

307 □ □ □

giao thông công cộng

대중교통

Tôi thường sử dụng phương tiện [_____].

저는 주로 대중교통을 이용해요.

308

□
□ **ga**
□ 역

Hãy xuống ở [   ] tiếp theo.
다음 역에서 내리세요.

309

□
□ **vé**
□ 표, 티켓

Giá [   ] là bao nhiêu?
티켓 요금이 얼마예요?

310

□
□ **đúng giờ**
□ 정시에

Xe lửa có đến [   ] không?
열차는 정시에 오나요?

311

□
□ **tai nạn**
□ 사고

Cô ấy bị [   ] giao thông.
그녀는 교통사고를 당했다.

312

□
□ **hành khách**
□ 승객, 여객

Các [   ] đang lên máy bay.
승객들이 비행기에 탑승하고 있다.

313

□
□ **chỗ ngồi**
□ 좌석

Có loại [   ] nào?
어떤 종류의 좌석이 있나요?

314

□
□ **tiếp theo**
□ 다음의, 계속되는

Trạm dừng [   ] là ở đâu?
다음 정거장은 어디인가요?

315

☐ **đường**
☐
☐ 길, 거리

Văn phòng nằm trên con ✎ ▨▨▨ nào?

사무실이 어느 거리에 있어요?

316

☐ **góc**
☐
☐ 모퉁이, 모서리

Cho tôi rẽ phải ở ▨▨▨ kia.

저 모퉁이에서 우회전해 주세요.

317

☐ **đi qua**
☐
☐ 건너다

Sau khi ▨▨▨ đường hãy đi thẳng.

길을 건넌 후 직진하세요.

318

☐ **đến**
☐
☐ 도착하다

Xe lửa ▨▨▨ sớm hơn tôi nghĩ.

열차가 생각보다 일찍 왔다.

319

☐ **ra khỏi**
☐
☐ ~로부터 나가다

Cô ấy đã ▨▨▨ xe.

그녀가 차에서 내렸다.

320

☐ **xa**
☐
☐ (거리가) 먼

Từ đây đến đó có ▨▨▨ không?

여기서 거기까지 먼가요?

321

☐ **mũ bảo hiểm**
☐
☐ 헬멧

Hãy đội ▨▨▨.

이 헬멧을 쓰세요.

322

☐ muộn
☐ 늦은
☐

Tôi hơi ✏️ ▨▨▨ một chút. Hãy nhanh lên.
제가 좀 늦었는데요. 서둘러 주세요.

323

☐ lỡ
☐ 놓치다
☐

Tôi không muốn bị ▨▨▨ xe.
나는 차를 놓치고 싶지 않아요.

324

☐ đến muộn
☐ 늦게 도착하다, 연착되다
☐

Chuyến xe cuối bị ▨▨▨.
막차가 연착됐다.

325

☐ bản đồ
☐ 지도
☐

Tôi đang ở đâu trên ▨▨▨ này?
이 지도에서 제가 어디에 있는 건가요?

326

☐ lạc đường
☐ 길을 잃은
☐

Tôi nghĩ chúng ta bị ▨▨▨.
우리 길을 잃은 것 같아요.

327

☐ chỉ đường
☐ 길 안내
☐

Xin cảm ơn vì bạn ▨▨▨ cho tôi.
길을 알려주셔서 감사합니다.

328

☐ đợi
☐ 기다리다
☐

▨▨▨ một chút ở đây nhé.
잠시만 여기에서 기다려 주세요.

xe buýt
버스

xe buýt giường nằm
슬리핑 버스

xe hơi
자동차

tắc xi 4 chỗ
4인승 택시

tắc xi 7 chỗ
7인승 택시

xe đạp
자전거

xe máy
오토바이

xích lô
씨클로

tàu điện ngầm
지하철

tàu hỏa
기차

máy bay
비행기

thuyền
배

xe cộ	탈것, 차의 총칭	cầu	다리
lái xe	운전자	đường hầm	터널
người đi lại	행인, 다니는 사람	đường cao tốc	고속도로
người đi bộ	보행자	đường sắt	철로
lối qua đường	횡단보도	sân ga	플랫폼, 승강장
đèn giao thông	신호등	bến xe	터미널
trạm xăng dầu	주유소	cảng	항구
cảnh sát giao thông	교통경찰	phòng chờ	대기실
lái xe say rượu	음주운전자	bảng giờ tàu chạy	열차 시간표
bằng lái xe	운전면허증	sơ đồ lộ tuyến	노선도
kẹt xe	교통정체인; 차가 밀리다	khoảng cách	거리
giờ cao điểm	러시아워, 혼잡 시간	hàng rong	노점상
đường đi bộ	인도, 보도	rẽ	꺾어지다, 돌다
biển báo	교통 표지판	đi thẳng	직진하다
vòng xoáy	교차로, 로터리	rẽ trái	좌회전하다
cầu vượt	육교	rẽ phải	우회전하다
làn xe	차선	gọi xe	호출하다, 차를 부르다

112

미니 테스트

단어 암기 동영상을 보면서 복습하세요

1 다음 단어의 뜻을 적어 보세요.

1 vé _____

2 đến _____

3 chỉ đường _____

4 giao thông _____

5 ga _____

6 hành khách _____

2 다음 뜻을 베트남어로 써 보세요.

1 좌석 _____

2 늦게 도착하다, 연착되다 _____

3 사고 _____

4 대중교통 _____

5 다음의, 계속되는 _____

6 정시에 _____

3 베트남어와 우리말 뜻을 알맞게 연결해 보세요.

1 건너다 ・ ① xa

2 늦은 ・ ② đậu xe

3 놓치다 ・ ③ đi qua

4 (거리가) 먼 ・ ④ muộn

5 주차하다 ・ ⑤ lỡ

---

1 1. 표, 티켓 2. 도착하다 3. 길 안내 4. 교통 5. 역 6. 승객, 여객   **2** 1. chỗ ngồi 2. đến muộn 3. tai nạn
4. giao thông công cộng 5. tiếp theo 6. đúng giờ   **3** 1. ③ 2. ④ 3. ⑤ 4. ① 5. ②

은행, 우체국,
편의점에서

🎧 MP3를 들어보세요

ngân hàng 은행

bưu điện 우체국

cửa hàng tiện lợi 편의점

kiếm tiền 돈을 벌다

thư 편지

hộp cơm 도시락

329

☐ **ngân hàng**
☐
☐ 은행

Tôi đến 🖉 ░░░░░░░░ rồi.
벌써 은행에 도착했어요.

330

☐ **tiền bạc**
☐
☐ 돈

░░░░░░░░ không thể mua hạnh phúc.
돈으로 행복을 살 수 없다.

331

☐ **nhân viên giao dịch**
☐
☐ (은행) 창구 직원

Ở ngân hàng có bao nhiêu ░░░░░░░░░░░?
은행에 창구 직원이 몇 명이나 있어요?

332

☐ **gửi tiền**
☐
☐ 돈을 보내다, 송금하다

Tôi muốn ░░░░░░░ cho chị Thảo.
Thảo 씨에게 송금을 하고 싶어요.

333

☐ **rút tiền**
☐
☐ 돈을 빼내다, 인출하다

Tôi phải ░░░░░░░ mặt một chút.
현금을 좀 인출해야 해요.

334

☐ **chứng minh nhân dân**
☐
☐ 신분증

Hãy mang theo ░░░░░░░░░░░░░.
신분증을 가져가세요.

335

☐ **mật khẩu**
☐
☐ 비밀번호, 암호

Hãy thay đổi ░░░░░░░ định kỳ.
비밀번호를 정기적으로 변경하세요.

336

☐
☐ **kiếm**
☐ (돈을) 벌다

Bạn ✏️ _____ được bao nhiêu một tháng?

한 달에 얼마나 벌어요?

337

☐
☐ **tiết kiệm**
☐ (돈을) 절약하다, 저축하다

Tôi đang _____ tiền cho tương lai.

나는 미래를 대비해 저축을 하고 있다.

338

☐
☐ **tài khoản**
☐ 계좌

Tôi muốn mở _____ mới.

새 계좌를 개설하고 싶습니다.

339

☐
☐ **thứ tự**
☐ 질서, 차례, 순번

Hãy xếp hàng theo _____ đến trước.

오신 차례대로 줄을 서주세요.

340

☐
☐ **lãi suất**
☐ 이자율

Chương trình này có tỷ lệ _____ không cao.

이 상품은 이자율이 높지 않다.

341

☐
☐ **ký tên**
☐ 서명하다

Xin vui lòng _____ ở đây

여기에 서명해 주세요.

342

☐
☐ **ngân sách**
☐ 예산; 예산을 세우다

Chúng ta cần phải giảm _____.

예산을 줄일 필요가 있어요.

343

□
□
□

thư
편지

Tôi không thể gửi 🖉 ▨▨▨▨ cho bạn.
저는 당신에게 편지를 보낼 수 없어요.

344

□
□
□

tem
우표

Cho tôi con ▨▨▨▨▨ đó.
그 우표 좀 주세요.

345

□
□
□

phong bì
봉투

Dán tem vào ▨▨▨▨▨▨▨.
봉투에 우표를 붙이다.

346

□
□
□

gửi
보내다, 전송하다

Bạn ▨▨▨▨▨ hàng thay tôi được không?
저 대신 물건을 보내 주시겠어요?

347

□
□
□

nhận
받다

Tôi ▨▨▨▨▨ được bưu thiếp của cô Hằng.
저는 Hằng의 엽서를 받았어요.

348

□
□
□

bưu kiện
소포, 우편물

Tôi đến đây để lấy ▨▨▨▨▨▨ của tôi.
제 소포를 찾으러 왔어요.

349

□
□
□

vận chuyển
운송하다, 운임하다

Gửi hành lý bằng dịch vụ ▨▨▨▨▨▨▨▨.
택배로 짐을 보낸다.

350

☐ ☐ ☐ **chiều dài**
길이

_✎_ ▨▨▨▨▨ của hộp này 20 cm.
이 상자의 길이는 20센티미터이다.

351

☐ ☐ ☐ **nặng**
무거운

Bưu kiện ▨▨▨▨ bao nhiêu gram?
소포의 무게가 몇 그램 나가나요?

352

☐ ☐ ☐ **nhẹ**
가벼운

cái này ▨▨▨▨ hơn tôi nghĩ.
이건 생각보다 가볍네요.

353

☐ ☐ ☐ **xếp hàng**
줄을 서다, 진열하다

Xin lỗi, bạn phải ▨▨▨▨▨▨▨.
죄송하지만 줄을 서 주셔야 해요.

354

☐ ☐ ☐ **tiện lợi**
편리한

Nó ▨▨▨▨▨▨ cho sử dụng.
그것은 사용하기가 편하다.

355

☐ ☐ ☐ **thành viên**
회원, 멤버

Tôi đăng ký thẻ ▨▨▨▨▨ được không?
회원 카드를 신청할 수 있나요?

356

☐ ☐ ☐ **hai mươi bốn giờ**
24시간 내내

Cửa hàng này mở cửa
▨▨▨▨▨▨▨▨▨▨▨▨▨.
이 가게는 24시간 내내 영업한다.

 베트남의 통화 --------------------------------------

 지폐

năm trăm nghìn đồng
50만동

hai trăm nghìn đồng
20만동

một trăm nghìn đồng
10만동

năm mươi nghìn đồng
5만동

hai mươi nghìn đồng
2만동

mười nghìn đồng
1만동

năm nghìn đồng
5천동

hai nghìn đồng
2천동

một nghìn đồng
1천동

sổ tài khoản	통장	mã bưu điện	우편번호
tiền giấy	지폐	người gửi	발신인
đồng xu	동전	người nhận	수신인
ngân phiếu	수표	hộp thư	우편함
tỷ giá	환율	người đưa thư	우체부
đăng nhập	로그인	gửi trả lại	반송하다
lệ phí	수수료	cái cân	저울
máy ATM	현금입출금기	con dấu	도장
két sắt	금고	thư bảo đảm	등기우편
chuyển tiền	(돈을) 이체하다	chuyển phát nhanh	속달우편
vay	빌리다, 대출하다	bưu thiếp	엽서
tiền cho vay	대출금, 융자금	người đưa hàng	택배원, 택배사
thuê	세를 얻다, 임대하다	túi ni lông	비닐봉지
heo đựng tiền	돼지저금통	thẻ tích điểm	적립 카드
tốn tiền	낭비하다, 비용이 들다	đồ dùng sinh hoạt	생필품

단어 암기 동영상을
보면서 복습하세요

1 다음 단어의 뜻을 적어 보세요.

1 ngân sách _____

2 chiều dài _____

3 tiện lợi _____

4 rút tiền _____

5 phong bì _____

6 hai mươi bốn giờ _____

2 다음 뜻을 베트남어로 써 보세요.

1 보내다, 전송하다 _____

2 계좌 _____

3 질서, 순번, 차례 _____

4 줄을 서다, 배열하다 _____

5 가벼운 _____

6 소포, 우편물 _____

3 베트남어와 우리말 뜻을 알맞게 연결해 보세요.

1 운송하다, 운임하다 ・

・ ① tem

2 이자율 ・

・ ② gửi tiền

3 우표 ・

・ ③ ký tên

4 돈을 보내다, 송금하다 ・

・ ④ vận chuyển

5 서명하다 ・

・ ⑤ lãi suất

1 1. 예산; 예산을 세우다 2. 길이 3. 편리한 4. 돈을 빼내다, 인출하다 5. 봉투 6. 24시간 내내
2 1. gửi 2. tài khoản 3. thứ tự 4. xếp hàng 5. nhẹ 6. bưu kiện **3** 1. ④ 2. ⑤ 3. ① 4. ② 5. ③

공부순서 ☐ MP3 듣기 ➡ ☐ 단어 암기 ➡ ☐ 예문 빈칸 채우기 ➡ ☐ 단어암기 동영상

병원에서

🎧 MP3를 들어보세요

bệnh viện 병원

cảm 감기; 감기들다

sốt 열

tiêm 주사놓다

thuốc 약

vết thương 상처

357
bệnh viện
병원

Đứa trẻ không thích   .
아이들은 병원을 싫어한다.

358
bác sĩ
의사

       đã nói gì?
의사가 뭐라고 그래요?

359
bệnh nhân
환자

       bỏ dở điều trị.
그 환자는 병원 치료를 포기했다.

360
thuốc
약

Hãy uống   này trước khi ăn.
이 약은 식전에 드세요.

361
đau
아픈

Tôi bị   bụng
배가 아파요.

Tip

진료 과목에 따른 표현

bác sĩ ngoại khoa	외과 의사	bác sĩ nha khoa	치과 의사
bác sĩ phẫu thuật thẩm mỹ	성형외과 의사	bác sĩ nhi khoa	소아과 의사
bác sĩ sản khoa	산과 의사	bác sĩ phụ khoa	부인과 의사
bác sĩ tâm thần	정신과 의사	bác sĩ da liễu	피부과 의사
bác sĩ tim mạch	심장외과 의사	bác sĩ thần kinh	신경과 의사

362

□
□ sức khỏe
□ 건강

Nó tốt cho 🖉　　　　　　.

그것은 건강에 좋아요.

363

□
□ buồn ngủ
□ 졸린

Cả ngày tôi thấy　　　　　　.

하루종일 졸리네요.

364

□ vấn đề
□ 문제

Bạn có gặp　　　　　　　　 như vậy
chưa?

전에도 이런 문제가 있었나요?

365

□ y tá
□ 간호사

Tôi cần kêu　　　　　 không?

간호사를 불러야 할까요?

366

□
□ bị thương
□ 다치다, 상처입다

Tôi　　　　　　　　 ở lưng.

허리를 다쳤어요.

367

□ đau khổ
□ 고통스러운

Cảm thấy　　　　　　　 đến chết mất.

죽을만큼 고통스러워요.

368

□ yếu
□ 약한, 허약한

Cô ấy vẫn còn　　　　　.

그녀는 여전히 몸이 허약해요.

369

□
□
□

bệnh

병, 질병

Chó của anh ấy đã chết
do 🖊 _____ tim.
그의 개는 심장병으로 죽었다.

370

□
□
□

điều trị

치료하다

Tôi vẫn đang được _____.
저는 여전히 치료받고 있어요.

371

□
□
□

đau răng

치통; 이가 아프다

Tôi bị _____ nên không thể
nhai.
치통이 있어서 씹을 수가 없어요.

372

□
□
□

đăng ký khám bệnh

진료를 접수하다

Tôi _____
hôm nay.
오늘 진료를 접수했어요.

Tip

증상을 나타내는 표현

bị cảm	감기에 걸리다	chóng mặt	현기증이 나다, 어지럽다
đau bụng	배가 아프다	sốt cao	고열
đau họng	목이 아프다	chuột rút	쥐가 나다
bị sốt	열이 나다	bị cứng	(근육이) 결리다, 뭉치다
chảy nước mũi	콧물이 흐르다	trẹo	접질리다, 삐다
chảy máu mũi	코피가 흐르다	gãy chân	다리가 부러지다
bị tiêu chảy	설사가 나다	chảy máu	피가 나다

373

☐
☐
☐

khỏe

건강한; 건강히, 건강하게

Tôi hy vọng bạn mau 🖊️ .

어서 다시 건강해지시길 바랍니다.

374

☐
☐
☐

kết quả

결과

kiểm tra sức khỏe thế nào rồi?

건강검진 결과가 어때요?

375

☐
☐
☐

dị ứng

알레르기

Tôi bị với đậu phộng.

저는 땅콩 알레르기가 있어요.

376

☐
☐
☐

không sao

괜찮다, 문제없다

chứ?

괜찮죠?

377

☐
☐
☐

căng thẳng

스트레스; 긴장하다

Tôi bị quá mức.

스트레스를 많이 받고 있어요.

378

☐
☐
☐

chữa bệnh

고치다, 치료하다

Nó có thể được chứ?

그 병을 치료할 수 있죠?

379

☐
☐
☐

hít thở

숨 쉬다, 호흡하다

sâu đi.

숨을 깊게 들이마셔 보세요.

380

☐☐☐ **nhiễm**
감염되다, 감염시키다

Virus ✐ ▨▨▨ đến não.
바이러스가 뇌까지 감염됐다.

381

☐☐☐ **nghỉ ngơi**
휴식; 쉬다

Tôi cần ▨▨▨▨ một chút.
좀 쉬어야겠어요.

382

☐☐☐ **nhợt nhạt**
창백한

Sắc mặt của bạn đang ▨▨▨▨.
너 얼굴이 창백해.

383

☐☐☐ **máu**
피, 혈액

▨▨▨ chảy ra quá nhiều.
출혈이 과도합니다.

384

☐☐☐ **kinh nguyệt**
월경, 생리

Dạo nay chu kỳ ▨▨▨▨
không đều.
요즘 생리 주기가 불규칙해요.

385

☐☐☐ **tập thể dục**
운동; 운동하다

Bạn cần ▨▨▨▨ nhiều hơn.
운동을 더 하셔야 해요.

386

☐☐☐ **thư giãn**
긴장을 풀다, 이완시키다

Tôi đi ra ngoài một chút để
▨▨▨▨ nhé.
잠깐 나가서 긴장 좀 풀고 올게요.

플러스 단어

nhà thuốc	약국	đơn thuốc	처방
nha khoa	치과	nhiệt độ cơ thể	체온
đưa đến bệnh viện	병원에 실려 가다	huyết áp	혈압
xe cấp cứu	구급차	mạch đập	맥박; 맥이 뛰다
khẩn cấp	응급한, 긴급한	nhức đầu	두통
bộ sơ cứu	구급상자	bệnh tiểu đường	당뇨병
nhập viện	입원하다	ung thư	암
xuất viện	퇴원하다	hen suyễn	천식
kiểm tra	검사하다, 진찰하다	mất ngủ	불면증, 수면 부족
bị	~을 앓다, ~을 당하다, ~을 하게 되다	trầm cảm	우울증
khỏi bệnh	병이 낫다	phát ban	발진
cách điều trị	치료법	ho	기침하다
phẫu thuật	수술	hắt xì	재채기; 재채기하다
hồi phục	회복하다, 이겨내다	nôn	토하다
kiểm tra sức khỏe	건강 검진	bầm tím	멍
triệu chứng	증상	sưng	부은; 붓다; 염증
chẩn đoán	진단하다	viên thuốc	알약

미니 테스트

1 다음 단어의 뜻을 적어 보세요.

1 hít thở _____

2 thư giãn _____

3 đăng ký khám bệnh _____

4 điều trị _____

5 nhiễm _____

6 vấn đề _____

2 다음 뜻을 베트남어로 써 보세요.

1 괜찮다, 문제없다 _____

2 결과 _____

3 운동; 운동하다 _____

4 환자 _____

5 고통스러운 _____

6 창백한 _____

3 베트남어와 우리말 뜻을 알맞게 연결해 보세요.

1 월경, 생리   •

  ① khỏe

2 약   •

  ② kinh nguyệt

3 건강한; 건강히, 건강하게   •

  ③ máu

4 병, 질병   •

  ④ bệnh

5 피, 혈액   •

  ⑤ thuốc

1 1. 숨 쉬다, 호흡하다 2. 긴장을 풀다, 이완시키다 3. 진료를 접수하다 4. 치료하다 5. 감염되다, 감염시키다
6. 문제   **2** 1. không sao 2. kết quả 3. tập thể dục 4. bệnh nhân 5. đau khổ 6. nhợt nhạt
3 1. ② 2. ⑤ 3. ① 4. ④ 5. ③

여행

🎧 MP3를 들어보세요

Việt Nam 베트남

Mỹ 미국

Pháp 프랑스

Trung Quốc 중국

Anh 영국

Đức 독일

387

du lịch
여행; 여행하다

Tôi muốn đi ✎ ▨▨▨▨▨▨.
나는 여행을 떠나고 싶다.

388

khách sạn
호텔

Bạn đặt phòng ▨▨▨▨▨▨ chưa?
호텔은 예약했어요?

389

kế hoạch
계획, 설계

Có thay đổi ▨▨▨▨▨▨ được không?
계획을 변경할 수 있을까요?

390

lịch trình
일정, 시간표

▨▨▨▨▨▨ hôm nay thế nào rồi?
오늘 일정이 어떻게 돼요?

391

nơi
장소, 곳

▨▨▨▨ nay ồn ào quá.
이곳은 너무 시끄럽네요.

392

thăm
방문하다

Tôi sẽ đi ▨▨▨▨▨ những quốc gia châu Âu.
난 유럽의 국가들을 방문할 거예요.

393

ngoại quốc
외국의

Gặp nhiều người ▨▨▨▨▨▨.
많은 외국인을 만나다.

394

☐
☐
☐

ở lại

머물다

Bạn ✎　　　 đây bao lâu?

여기 얼마나 머무실 건가요?

395

☐
☐
☐

đặt trước

예약; 예약하다

Tôi 　　　　　 lúc 6 giờ tối.

저녁 6시 예약을 했는데요.

396

☐
☐
☐

ngày nghỉ

쉬는 날, 휴일

Tôi đang mong đợi 　　　　.

휴일을 고대하고 있어요.

397

☐
☐
☐

nước ngoài

해외

Tôi chưa bao giờ đi ra

　　　　　.

나는 전에 해외로 나가 본 적이 한 번도 없다.

398

☐
☐
☐

máy ảnh

카메라

Có mang theo 　　　　 không?

카메라 갖고 왔어요?

399

☐
☐
☐

kinh nghiệm

경험; 경험하다

Tôi đã có 　　　　 đặc biệt ở
đó.

저는 거기서 특별한 경험을 했어요.

400

☐
☐
☐

phong tục

풍습, 관례

Phải theo 　　　　 địa phương

현지의 풍습을 따르셔야 해요.

401

☐ ☐ ☐ **giới thiệu**
소개하다, 추천하다

✎ _____ cho tôi một quán cà phê nổi tiếng.
유명한 카페를 추천해주세요.

402

☐ ☐ ☐ **lễ hội**
축제

_____ bia đó sẽ được tổ chức vào tháng 7.
그 맥주 축제는 7월에 열린다.

403

☐ ☐ ☐ **phong cảnh**
경치, 풍경

Chúng tôi đã xem _____ tuyệt vời ở đó.
우리는 그곳의 멋진 경치를 봤다.

404

☐ ☐ ☐ **hướng dẫn**
안내하다, 이끌다

Tôi sẽ _____ du lịch cho bạn nhé.
내가 관광시켜줄게.

405

☐ ☐ ☐ **hủy**
취소하다

Tôi muốn _____ đặt phòng.
예약한 방을 취소하고 싶어요.

406

☐ ☐ ☐ **truyền thống**
전통

Áo dài là cái áo _____ Việt Nam.
아오자이는 베트남 전통복입니다.

407

☐ ☐ ☐ **đồ lưu niệm**
기념품

Cửa hàng _____ ở đâu ạ?
기념품 가게는 어디 있어요?

chuyến đi du lịch	여행	**say sóng**	뱃멀미가 나다
du khách	여행자	**du lịch ba lô**	배낭여행
hành trình	여정	**tham quan**	관광하다, 구경하다
Du lịch trọn gói	패키지 관광	**hấp dẫn**	매력적인
khách du lịch	관광객	**tuyệt vời**	대단한, 훌륭한
công ty du lịch	여행사	**kỷ niệm**	추억, 기념
địa điểm du lịch	관광 명소	**nói thách**	바가지를 씌우다
địa phương	현지, 지방	**nhận phòng**	(호텔 등에) 체크인하다
người nước ngoài	외국인	**trả phòng**	(호텔 등에서) 체크아웃하다
thế giới	세계	**thác**	폭포
văn hóa	문화	**công viên**	공원
ngành du lịch	관광업	**cung điện**	궁전
tiền tệ	통화	**lâu đài**	성
đổi tiền	환전하다	**bảo tàng**	박물관
đại sứ quán	대사관	**đóng gói**	포장하다, (짐을) 싸다
lãnh sự quán	영사관	**mở hành lý**	짐을 풀다
say xe	차멀미가 나다	**tiền tip**	팁

단어 암기 동영상을
보면서 복습하세요

1 다음 단어의 뜻을 적어 보세요.

1 kế hoạch _____

2 giới thiệu _____

3 đồ lưu niệm _____

4 nước ngoài _____

5 ngoại quốc _____

6 hướng dẫn _____

2 다음 뜻을 베트남어로 써 보세요.

1 일정, 시간표 _____

2 취소하다 _____

3 머물다 _____

4 쉬는날, 휴일 _____

5 축제 _____

6 풍습, 관례 _____

3 베트남어와 우리말 뜻을 알맞게 연결해 보세요.

1 경치, 풍경 •

① kinh nghiệm

2 경험; 경험하다 •

② phong cảnh

3 예약; 예약하다 •

③ truyền thống

4 전통 •

④ nơi

5 장소, 곳 •

⑤ đặt trước

1 1. 계획; 설계 2. 소개하다, 추천하다 3. 기념품 4. 해외 5. 외국의 6. 안내하다, 이끌다 **2** 1. lịch trình
2. hủy 3. ở lại 4. ngày nghỉ 5. lễ hội 6. phong tục **3** 1. ② 2. ① 3. ⑤ 4. ③ 5. ④

Day 19

공부
순서　□ MP3 듣기 ➡ □ 단어 암기 ➡ □ 예문 빈칸 채우기 ➡ □ 단어암기 동영상

공항에서

🎧 MP3를 들어보세요

sân bay 공항

chuyến bay 비행

hộ chiếu 여권

vé 티켓, 표

hành lý 짐, 화물

tiếp viên 승무원

408

☐
☐ **sân bay**
☐ 공항

Tôi sẽ đưa bạn đến ✎ ▨▨▨▨.
제가 공항까지 모셔다 드릴게요.

409

☐
☐ **chuyến bay**
☐ 비행, 비행편, 비행기

▨▨▨▨▨▨ an toàn!
안전한 비행 되세요!

410

☐
☐ **đặt vé**
☐ 티켓을 예약하다

Tôi ▨▨▨▨ với giá rẻ.
표를 저렴한 가격에 예약했어요.

411

☐
☐ **vé máy bay**
☐ 비행기표, 탑승권

Cho tôi hai ▨▨▨▨ đi LA.
LA행 탑승권 두 장 주세요.

412

☐
☐ **xác nhận**
☐ 확인하다, 확정하다

Tôi đang gọi điện để ▨▨▨▨
đặt trước.
예약을 확인하려고 전화드렸는데요.

413

☐
☐ **hành lý**
☐ 짐, 화물

Tất cả ▨▨▨▨ không đến đúng
giờ.
모든 짐이 제시간에 도착하지 않았어요.

414

☐
☐ **bị mất**
☐ 잃어버리다

Tôi ▨▨▨▨ túi xách.
가방을 잃어버렸어요.

415

cất cánh

이륙하다

Máy bay ✏️ [   ] khi nào?

비행기가 언제 이륙했나요?

416

bay

날다, 비행하다

Nó [   ] ngang qua đảo Jeju.

그것은 제주도를 가로질러 날아갔다.

417

hạ cánh

착륙하다, 착륙시키다

Máy bay đang [   ] tại sân bay Incheon.

비행기는 현재 인천공항에 착륙 중입니다.

418

lối đi

통로

Bạn muốn chỗ ngồi cạnh [   ] hả?

통로 측 좌석을 원하시는 거죠?

419

dịch vụ

서비스; 서비스로 제공하다

[   ] đã rất tuyệt.

서비스는 훌륭했다.

420

để

두다, 놓다

[   ] hành lý vào đây.

여기에 가방을 두세요.

421

viết

쓰다, 작성하다

Hãy [   ] vào mẫu này.

이 서식을 작성해 주세요.

422

☐ ☐ ☐ **lên**
오르다, 탑승하다

Họ đang làm thủ tục [___] máy bay tại cửa số 3.
그들은 3번 게이트에서 탑승수속을 밟고 있다.

423

☐ ☐ ☐ **bay thẳng**
직항하다

Nó là chuyến [___] phải không?
직항인가요?

424

☐ ☐ ☐ **dây an toàn**
안전띠

Xin vui lòng thắt [___].
안전띠를 매 주세요.

425

☐ ☐ ☐ **loa hướng dẫn**
안내방송

[___] đã nói gì?
무엇에 관한 안내방송이었나요?

426

☐ ☐ ☐ **đón**
마중 나가다, 맞이하다

Ai sẽ [___] anh ấy?
누가 그를 마중 나갈래요?

Tip

입국심사 때 물어보는 말

Cho xem hộ chiếu được không?
여권을 보여 주시겠어요?

Bạn đến đây với mục đích gì?
방문하신 목적은요?

Bạn sẽ ở lại đây bao lâu?
얼마나 머물 계획이신가요?

Bạn sẽ ở lại đâu?
어디에 묵으실 건가요?

Bạn có vé khứ hồi chưa?
왕복 탑승권이 있으세요?

Bạn có cái gì cần khai báo không?
신고하실 물건이 있나요?

visa	비자	cục xuất nhập cảnh	출입국 관리사무국
điểm tích lũy	마일리지	đường băng	활주로
va-li	여행 가방	đến	도착하다
túi xách mang theo	휴대용 가방	khởi hành	출발하다
quốc nội	국내의	phi công	비행기 조종사
thẻ lên máy bay	탑승권	tiếp viên nam	남자 승무원
thắt	매다, 묶다	tiếp viên nữ	여자 승무원
danh sách đợi	대기자 명단	quá cảnh	경유하다, 국경을 통과하다
quầy bán vé	매표소	chênh lệch giờ	시차가 나다
cổng kiểm tra an ninh	보안 검사대	bay thẳng	직항의
cửa lên	탑승구	một chiều	편도의
cửa hàng miễn thuế	면세점	khứ hồi	왕복의
khu vực nhận hành lý	수하물 찾는 곳	chỗ cạnh cửa sổ	창가 쪽 자리
hải quan	세관	chỗ ở giữa	가운데 자리
tờ khai hải quan	세관 신고서	hãng hàng không	항공사
khai báo	신고하다	địa điểm đến	목적지
điền	기입하다	bản sao hộ chiếu	여권 사본

1 다음 단어의 뜻을 적어 보세요.

1 lối đi _____

2 đón _____

3 xác nhận _____

4 chuyến bay _____

5 hạ cánh _____

6 bay _____

2 다음 뜻을 베트남어로 써 보세요.

1 잃어버리다 _____

2 짐, 화물 _____

3 오르다, 탑승하다 _____

4 공항 _____

5 티켓을 예약하다 _____

6 두다, 놓다 _____

3 베트남어와 우리말 뜻을 알맞게 연결해 보세요.

1 쓰다, 작성하다   •

① bay thẳng

2 직항하다   •

② cất cánh

3 안내방송   •

③ viết

4 이륙하다   •

④ dây an toàn

5 안전띠   •

⑤ loa hướng dẫn

1 1. 통로 2. 마중 나가다, 맞이하다 3. 확인하다, 확정하다 4. 비행, 비행편, 비행기 5. 착륙하다, 착 륙시키다 6. 날 다, 비행하다 **2** 1. bị mất 2. hành lý 3. lên 4. sân bay 5. đặt vé 6. để **3** 1. ③ 2. ① 3. ⑤ 4. ② 5. ④

취미 생활

🎧 MP3를 들어보세요

chơi đàn piano
피아노를 치다

xem phim
영화를 보다

nghe nhạc
음악을 듣다

hát bài hát
노래를 부르다

vẽ tranh
그림을 그리다

đọc sách
책을 읽다

427

☐
☐ **sở thích**
☐ 취미

✎▨▨▨▨▨▨▨ của bạn là gì?
취미가 뭐예요?

428

☐
☐ **thích nhất**
☐ 가장 좋아하는

Sở thích ▨▨▨▨▨▨▨ của anh ấy là câu cá.
그가 가장 좋아하는 취미는 낚시이다.

429

☐
☐ **dành thời gian**
☐ 시간을 보내다

Anh ấy luôn ▨▨▨▨▨▨▨ với con.
그는 항상 그의 자녀와 시간을보낸다.

430

☐
☐ **rảnh**
☐ 한가한

Khi ▨▨▨▨▨ bạn thường làm gì?
한가할 때는 보통 무엇을 하세요?

431

☐
'☐ **bộ phim**
☐ 영화

Tôi đã xem ▨▨▨▨▨▨▨ về tình bạn.
나는 우정에 관한 영화를 보았다.

432

☐
☐ **vẽ**
☐ (그림을) 그리다

Bạn đang ▨▨▨▨▨ gì vậy?
뭘 그리고 계신 거예요?

433

☐
☐ **nhảy múa**
☐ 춤; 춤추다

Họ đang ▨▨▨▨▨▨▨ với nhau.
그들은 함께 춤을 추고 있다.

434

□
□ **cắm trại**
□ 캠핑, 야영

Chúng tôi đi ▨▨▨▨▨▨ một lần một tháng.
우리는 한 달에 한 번 캠핑을 간다.

435

□
□ **sưu tập**
□ 모으다, 수집하다

Tôi ▨▨▨▨▨▨ tem
나는 우표를 모은다.

436

□
□ **ảnh**
□ 사진

Chúng tôi đã chụp ▨▨▨▨ nhiều tại đây.
우리는 여기서 사진을 많이 찍었다.

437

□
□ **giải trí**
□ 여가, 유흥, 오락

Tôi không có thời gian ▨▨▨▨▨▨.
나는 여가 시간이 거의 없다.

438

□
□ **sửa**
□ 고치다, 수정하다

Anh ấy đã ▨▨▨▨ máy ảnh của tôi.
그가 내 카메라를 고쳐 주었다.

439

□
□ **biểu diễn**
□ 콘서트, 음악회

Tôi có 2 vé xem ▨▨▨▨▨ đó.
나에게 그 음악회 표가 두 장 있다.

440

□
□ **lên núi**
□ 등산하다, 산을 오르다

Tôi thích ▨▨▨▨▨▨.
나는 등산을 좋아한다.

441

☐ ☐ ☐ **chơi đàn**
(악기를) 연주하다

Anh ấy [____] piano tuyệt vời.
그는 훌륭하게 피아노를 연주했다.

442

☐ ☐ ☐ **nhạc cụ**
악기

Tôi muốn học một loại [____].
악기 하나 배우고 싶어요.

443

☐ ☐ ☐ **giải quyết**
해결하다

Ai có thể [____] về vấn đề này?
누가 이 문제를 해결할 수 있나요?

444

☐ ☐ ☐ **chăm sóc**
돌보다

[____] con chó của tôi được không?
우리 개좀 봐줄 수 있어요?

Tip

악기 이름

ghi-ta	기타	kèn trumpet	트럼펫
vi-ô-lôn	바이올린	kèn xắc xô phôn	색소폰
xelo	첼로	trống lục lạc	탬버린
ống sáo	플루트	kẻng tam giác	트라이앵글
kèn harmonica	하모니카	đàn banjô	밴조
piano	피아노	nhạc cụ xylophone	실로폰
trống	드럼	đàn ác cốc đê ông	아코디언

tranh	그림	viết tiểu thuyết	소설을 쓰다
trình diễn	쇼, 공연	lắp ghép	조립하다
múa ba lê	발레	đi câu cá	낚시하러 가다
ô-pê-ra	오페라	chơi game online	온라인 게임을 하다
ca kịch	뮤지컬	chụp ảnh	사진을 찍다
kịch	연극	gấp giấy	종이접기를 하다
sáng tạo	창작하다, 만들어내다	làm đồ gỗ mỹ nghệ	목공예를 하다
phát minh	발명하다	nung gốm	도자기를 굽다
mô hình	모형, 모델	thả diều	연을 날리다
nướng bánh	빵[과자] 굽기, 베이킹	làm trò ảo thuật	마술을 하다
làm vườn	정원 가꾸기	sưu tập đồ chơi mô hình	
điêu khắc	조각하기		피규어를 수집하다
leo núi đá	암벽타기	quan sát bầu trời sao	별을 관찰하다
đan len	뜨개질하기	mở tiệc	파티를 열다
khâu vá	바느질하기	cắm hoa	꽃꽂이를 하다
quay phim	영화를 만들다	khéo tay	능숙한, 솜씨있는

미니 테스트

1 다음 단어의 뜻을 적어 보세요.

1 biểu diễn _____

2 vẽ _____

3 thích nhất _____

4 lên núi _____

5 sưu tập _____

6 dành thời gian _____

2 다음 뜻을 베트남어로 써 보세요.

1 사진 _____

2 취미 _____

3 돌보다 _____

4 해결하다 _____

5 영화 _____

6 캠핑, 야영 _____

3 베트남어와 우리말 뜻을 알맞게 연결해 보세요.

1 한가한 • ① giải trí

2 고치다, 수정하다 • ② rảnh

3 악기 • ③ nhạc cụ

4 여가, 오락, 유흥 • ④ nhảy múa

5 춤; 춤추다 • ⑤ sửa

1 1. 콘서트, 음악회 2. (그림을) 그리다 3. 가장 좋아하는 4. 등산하다, 산을 오르다 5. 모으다, 수집하다 6. 시간을 보내다 **2** 1. ảnh 2. sở thích 3. chăm sóc 4. giải quyết 5. bộ phim 6. cắm trại **3** 1. ② 2. ⑤ 3. ③ 4. ① 5. ④

운동 · 스포츠

🎧 MP3를 들어보세요

bóng đá 축구

bóng chày 야구

bóng rổ 농구

bơi 수영

gôn 골프

ma-ra-tông 마라톤

445

☐
☐
☐

thể thao
스포츠

Môn ✎ _____ nào tôi cũng thích.
나는 어떤 스포츠 종목이든 좋아한다.

446

☐
☐
☐

tham gia
참가하다, 함께하다

Tôi _____ vào câu lạc bộ bóng đá.
나는 축구팀에 들어갔다.

447

☐
☐
☐

vận động viên
운동선수

Cô ấy là _____ có tiềm năng.
그녀는 유망한 운동선수이다.

448

☐
☐
☐

thi đấu
경기, 시합

Chúng ta đi xem _____ nhé.
우리 시합 구경가자.

449

☐
☐
☐

chạy
달리다, 뛰다

Hãy _____ nhanh nhất có thể.
최대한 빨리 달리세요.

Tip

운동 경기 이름

cầu lông	배드민턴	đấu vật	씨름, 레슬링
tennis	테니스	trượt tuyết	스키
bóng chuyền	배구	trượt băng	스케이트
bắn cung	양궁	quyền Anh	권투
khúc côn cầu	하키	cưỡi ngựa	승마

450

hoan hô

환호하다, 갈채하다

Mọi người 🖋 anh ấy.

모두가 그에게 환호한다.

451

ném

던지다

Hãy bóng mạnh nhất bạn có thể.

할 수 있는 한 힘껏 공을 던져 보세요.

452

đội

팀

Bạn muốn ủng hộ nào?

어느 팀을 응원하세요?

453

nhảy

뛰다, 점프하다

Vũ công ba-lê đã rất cao.

발레 무용수는 아주 높이 점프했다.

454

đá

발로 차다, 걷어차다

Anh Công đã penalty.

Công이 페널티 킥을 찼다.

455

đua

경주하다, 겨루다, 경쟁하다

Bắt đầu chạy nhé.

달리기 경주를 시작합니다.

456

phòng tập gym

체육관, 헬스클럽

Tôi đến sau khi làm việc.

나는 퇴근 후에 헬스클럽에 간다.

457

☐
☐
☐

thắng
이기다

Ai đang ✎ ▨▨▨▨ thế?
누가 이기고 있어요?

458

☐
☐
☐

thua
지다

Họ bị ▨▨▨▨ với sự chênh lệch 3
điểm.
그들은 3점 차로 졌다.

459

☐
☐
☐

tiền thưởng
상금, 보너스

▨▨▨▨▨▨▨ bao nhiêu vậy?
상금이 얼마예요?

460

☐
☐
☐

cuộc thi đấu
대회, 시합, 콘테스트

Cô ấy tham gia vào ▨▨▨▨
này.
그녀가 이 시합에 참가했어요.

461

☐
☐
☐

chiến thắng
승리

Bạn có niềm tin ▨▨▨▨
không?
승리를 자신하세요?

462

☐
☐
☐

ngang bằng nhau
팽팽한, 막상막하의

Hai phía ▨▨▨▨▨▨▨.
양측이 막상막하이다.

463

☐
☐
☐

chúc mừng
축하하다, 축하해요

▨▨▨▨▨▨▨ sinh nhật.
생일 축하해요

플러스 단어

tổ chức	(대회를) 주최하다, 조직하다, 열다	tham gia vào	~에 참여하다
diễn ra	(행사가) 열리다	cạnh tranh	경쟁하다
sân vận động	경기장, 스타디움	vòng loại	토너먼트, 리그전
sân bóng chày	야구장	chung kết	결승
sân bóng đá	축구장	bán kết	준결승
sân golf	골프장	thế vận hội Olympic	올림픽
đường chạy	육상 경기장	đối thủ	적수, 상대, 라이벌
sân trượt băng	아이스링크	xếp hạng nhất	1위를 차지하다
hồ bơi	수영장	đánh thắng	이기다, 무찌르다
khán giả	관객, 관중	người thắng	승자
vỗ tay	손뼉 치다, 박수를 보내다	người bại	패자
cổ vũ viên	치어리더	huy chương	메달
cầu thủ	(축구) 선수	cúp	트로피
trọng tài	(축구, 농구 등의) 심판	đội trưởng	주장, 대장, 캡틴
báo thể thao	스포츠신문	đại hội	대회
chuyên nghiệp	전문의, 프로의	tranh tài	우열을 다투다, 재능을 겨루다
nghiệp dư	아마추어의	quyết liệt	격렬한, 치열한

미니 테스트

1 다음 단어의 뜻을 적어 보세요.

1 ngang bằng nhau _____

2 phòng tập gym _____

3 tham gia _____

4 chúc mừng _____

5 đá _____

6 chạy _____

2 다음 뜻을 베트남어로 써 보세요.

1 승리 _____

2 경주하다, 겨루다, 경쟁하다 _____

3 던지다 _____

4 상금, 보너스 _____

5 이기다 _____

6 팀 _____

3 베트남어와 우리말 뜻을 알맞게 연결해 보세요.

1 운동선수   ·   ① nhảy

2 지다   ·   ② thua

3 환호하다, 갈채하다   ·   ③ hoan hô

4 대회, 시합, 콘테스트   ·   ④ vận động viên

5 뛰다, 점프하다   ·   ⑤ cuộc thi đấu

---

1 1. 팽팽한, 막상막하의 2. 체육관, 헬스클럽 3. 참가하다, 함께하다 4. 축하하다, 축하해요 5. 발로 차다, 걷어차다
6. 달리다, 뛰다 **2** 1. chiến thắng 2. đua 3. ném 4. tiền thưởng 5. thắng 6. đội **3** 1. ④ 2. ② 3. ③
4. ⑤ 5. ①

컴퓨터 · 인터넷

🎧 MP3를 들어보세요

máy tính để bàn
탁상용 컴퓨터

máy vi tính xách tay
노트북 컴퓨터

mạng
네트워크

tập tin
파일

nhấn
클릭하다

chỉ
가리키다

464

□
□
□

máy vi tính
컴퓨터

Tôi cần ✏️ [_____] mới.
새 컴퓨터가 필요해요.

465

□
□
□

bật
켜다

Máy in đang có [_____] không?
프린터는 켜져 있어요?

466

□
□
□

dữ liệu
데이터

Tôi tìm kiếm [_____] này trong suốt cả ngày.
꼬박 하루 동안 이 데이터를 찾았다.

467

□
□
□

tải xuống
(파일을) 다운로드하다, 내려 받다

Nó có thể [_____] từ trang web.
그것은 웹사이트에서 다운받을 수 있어요.

468

□
□
□

chương trình
프로그램

Anh ấy tạo thành [_____] mới.
그는 새 프로그램을 만들었다.

469

□
□
□

nhấn (chuột)
(마우스를) 클릭하다

Hãy [_____] vào biểu tượng.
아이콘을 클릭하세요.

470

□
□
□

tập tin
파일

Tôi quên đính kèm [_____].
파일 첨부하는 걸 깜빡했어요.

471

☐
☐ **tài liệu**
☐ 문서

Hãy lưu ✎ ▨▨▨▨ vào USB.
문서를 USB 드라이브에 저장해 두세요.

472

☐
☐ **xóa**
☐ 삭제하다, 지우다

Ối! Tôi ▨▨▨▨ nhầm file rồi.
이런! 파일을 잘못 지웠어요.

473

☐
☐ **sao lưu**
☐ 사본을 만들다, 백업하다

Hãy ▨▨▨▨ danh bạ.
전화번호부는 백업해 두세요.

474

☐
☐ **cài đặt**
☐ 설치하다, 설정하다; 설정

Bạn ▨▨▨▨ ứng dụng
Kakaotalk chưa?
카카오톡 앱은 설치했어요?

475

☐
☐ **Internet**
☐ 인터넷

Tôi mua sách qua ▨▨▨▨.
인터넷을 통해 책을 구매한다.

476

☐
☐ **trang web**
☐ 웹사이트, 웹페이지

Hãy đọc các nội dung trên
▨▨▨▨.
홈페이지 내용을 확인해주세요.

477

☐
☐ **truy cập**
☐ 접속하다, 접근하다

Tôi có thể ▨▨▨▨ vào mạng
lưới đó không?
그 네트워크에 접속할 수 있어요?

478

☐
☐
☐

tìm kiếm
검색; 검색하다, 찾다

Hãy 🖉 [⬛⬛⬛⬛⬛⬛] với từ 'virus'.
'virus'로 검색해 보세요.

479

☐
☐
☐

thông tin
정보

Bạn lấy [⬛⬛⬛⬛⬛⬛] đó từ đâu?
어디에서 그 정보를 얻은 거예요?

480

☐
☐
☐

wi-fi
와이파이

Ở đây có [⬛⬛⬛⬛] miễn phí không?
여기는 무료 와이파이가 있나요?

481

☐
☐
☐

trực tuyến
온라인

Tôi thích mua sắm [⬛⬛⬛⬛⬛⬛].
저는 온라인 쇼핑을 좋아해요.

482

☐
☐
☐

bảo mật
보안; 안전을 지키다, 방어하다

Cho tôi biết giải pháp [⬛⬛⬛⬛]
chống Spam mail.
스팸 메일을 막는 방법 좀 알려주세요.

483

☐
☐
☐

thời gian thực
실시간

Đây là game [⬛⬛⬛⬛]
phải không?
이것은 실시간 게임인가요?

484

☐
☐
☐

bản quyền
저작권

Nó có được bảo vệ [⬛⬛⬛⬛]
không?
그것은 저작권으로 보호받고 있나요?

ngoại tuyến	오프라인	**bị treo**	먹통이 되다, 다운되다
đăng nhập	로그인하다	**kéo**	드래그하다, 끌다
tắt	끄다	**lưu trữ**	(파일을) 저장하다
nhập	입력하다	**khởi động**	부팅하다
mật khẩu	암호, 패스워드	**khởi động lại**	재부팅하다
cập nhật	업데이트하다, 업그레이드하다	**liên kết**	연결하다, 결합하다
tải lên	(파일을) 올리다, 업로드하다	**ngắt kết nối**	(연결이) 끊기다
hủy bỏ	취소하다, 삭제하다	**kỹ thuật số**	전자, 디지털
màn hình	모니터, 화면	**hình mờ watermark**	(저작권 보호를 위한) 워터마크
bàn phím	키보드, 자판		
chuột không dây	무선 마우스	**tin tặc**	해커
máy scan	스캐너	**vi-rút**	바이러스
độ phân giải	해상도	**lỗi hệ thống**	시스템 오류
tận dụng	잘 사용하다, 발휘하다	**tường lửa**	방화벽
lướt web	인터넷 서핑을 하다	**đột nhập**	해킹하다, 침입하다

단어 암기 동영상을
보면서 복습하세요

1 다음 단어의 뜻을 적어 보세요.

1 dữ liệu _____   2 sao lưu _____

3 trực tuyến _____   4 tập tin _____

5 xóa _____   6 tìm kiếm _____

2 다음 뜻을 베트남어로 써 보세요.

1 켜다 _____   2 실시간 _____

3 접속하다, 접근하다 _____   4 클릭하다 _____

5 와이파이 _____   6 문서 _____

3 베트남어와 우리말 뜻을 알맞게 연결해 보세요.

1 정보   ·   ① trang web

2 저작권   ·   ② bảo mật

3 보안; 안전을 지키다, 방어하다 ·   ③ bảo quyền

4 설치하다, 설정하다; 설정   ·   ④ thông tin

5 웹사이트, 웹페이지   ·   ⑤ cài đặt

1 1. 데이터 2. 사본을 만들다, 백업하다 3. 온라인 4. 파일 5. 삭제하다, 지우다 6. 검색; 검색하다, 찾다
2 1. bật 2. thời gian thực 3. truy cập 4. nhấn 5. wi-fi 6. tài liệu   **3** 1. ④ 2. ③ 3. ② 4. ⑤ 5. ①

전화 · 통신

🎧 MP3를 들어보세요

tin nhắn
메시지

lịch
달력

cuốn sổ ảnh
사진첩

máy ảnh
카메라

thời tiết
날씨

đồng hồ
시계

bản đồ
지도

video
동영상

điện thoại
전화기

thư
우편

âm nhạc
음악

485

☐
☐
☐

điện thoại
전화, 전화기

Người gọi ✎⬚⬚⬚⬚⬚⬚⬚ là ai?
전화거신 분이 누구시죠?

486

☐
☐
☐

điện thoại di động
휴대 전화

Dạo này tôi muốn mua
⬚⬚⬚⬚⬚⬚⬚⬚⬚⬚ mới.
요즘 새 휴대폰을 사고 싶어요.

487

☐
☐
☐

gọi
부르다, (전화를) 걸다

Hãy ⬚⬚⬚⬚ tôi bất cứ lúc nào.
언제든 전화 주세요.

488

☐
☐
☐

nói chuyện
대화하다, 이야기하다

Bạn đang ⬚⬚⬚⬚⬚⬚ điện thoại
với ai?
누구랑 통화중이예요?

489

☐
☐
☐

tin nhắn
문자, 메시지

Tới thì gửi ⬚⬚⬚⬚⬚⬚ cho tôi nhé.
도착하면 문자 보내세요.

Tip

전화 대화 필수 표현

- -

Làm ơn cho tôi nói chuyện với Thủy?
Thủy와 통화할 수 있을까요?

A-lô. Thủy đây.
여보세요. Thủy입니다.

Anh ấy đang nói chuyện điện thoại.
그는 통화 중이에요.

Xin lỗi, ai vậy?
실례지만 누구세요?

Đừng cúp máy và đợi một chút.
전화 끊지 말고 기다리세요.

Nhầm số rồi.
전화 잘못 거셨어요.

490
- [ ]
- [ ]
- [ ]

số điện thoại
전화번호

✎ ▓▓▓▓▓▓▓▓▓▓▓ của bạn là bao nhiêu?
전화번호가 몇 번이에요?

491
- [ ]
- [ ]
- [ ]

lời nhắn
메모, 쪽지

Bạn muốn để lại ▓▓▓▓▓▓▓ không?
메모를 남기시겠어요?

492
- [ ]
- [ ]
- [ ]

nghe
듣다

Tôi không ▓▓▓▓▓ thấy rõ được.
잘 안 들려요.

493
- [ ]
- [ ]
- [ ]

gọi lại
다시 전화하다

Tôi sẽ ▓▓▓▓▓▓▓▓▓ sau nhé.
다시 전화드릴게요.

494
- [ ]
- [ ]
- [ ]

liên lạc
연락하다

Tôi và chị ấy không còn ▓▓▓▓▓▓▓ nữa.
그와 나는 더 이상 연락하지 않아요.

495
- [ ]
- [ ]
- [ ]

liên hệ
접촉하다, 연락하다

Hãy ▓▓▓▓▓▓▓ theo số này.
이 번호로 연락하세요.

496
- [ ]
- [ ]
- [ ]

spam
(문자, 메시지) 스팸

Tôi ghét tin nhắn ▓▓▓▓▓.
나는 스팸 문자가 정말 싫어.

497

☐
☐
☐

gửi
보내다

Bạn ✎ ▨▨▨ email cho tôi chưa?
저한테 이메일 보냈어요?

498

☐
☐
☐

đính kèm
첨부하다

Hãy tải file ▨▨▨▨▨.
첨부된 파일을 다운로드하세요.

499

☐
☐
☐

mạng xã hội
소셜네트워크, SNS

Tôi nghĩ em ấy nghiện
▨▨▨▨▨.
내 생각에 걔는 SNS 중독이야.

500

☐
☐
☐

bình luận
댓글

Hãy ▨▨▨▨ về ảnh của tôi nhé.
제 사진에 댓글 남겨 주세요.

501

☐
☐
☐

hộp thư điện tử
전자우편함, 메일함

Bạn phải kiểm tra
▨▨▨▨▨ mỗi ngày.
메일함을 매일 확인해주셔야 해요.

502

☐
☐
☐

đăng
기재하다, 싣다

Chúng ta ▨▨▨ lên quảng cáo trên báo.
우린 신문에 광고를 냈어요.

503

☐
☐
☐

giao tiếp
의사소통하다, 교접하다

Cô ấy có kỹ năng ▨▨▨▨▨ rất tốt.
그녀는 커뮤니케이션기술이 뛰어나요.

điện thoại reo	전화가 울리다	liên lạc bị cắt đứt	연락이 끊기다
nhận điện thoại	전화를 받다	tài khoản email	이메일 계정
nghe điện thoại	전화를 받다, 전화를 듣다	địa chỉ email	이메일 주소
nói chuyện điện thoại	전화 통화하다	tập tin đính kèm email	이메일 첨부 문서
ngắt điện thoại	전화를 끊다	gửi email	이메일을 보내다
hóa đơn điện thoại	전화요금 고지서	nhận được email	이메일을 받다
bị treo	(전화) 먹통이 된	viết email	이메일을 쓰다
máy đang bận	통화 중이다	đọc email	이메일을 읽다
thư thoại	음성 메시지	kiểm tra email	이메일을 확인하다
để lại tin nhắn	메시지를 남기다	xóa email	이메일을 삭제하다
điện thoại có dây	유선 전화	ứng dụng	앱, 어플리케이션
điện thoại thông minh	스마트폰	nghiện blog	블로그 중독
liên lạc với	～와 연락하다	tên thật	실명
giữ liên lạc	계속 연락하다	giấu tên	익명의

미니 테스트

1 다음 단어의 뜻을 적어 보세요.

1 liên lạc _____

2 tin nhắn _____

3 hộp thư điện tử _____

4 gọi lại _____

5 bình luận _____

6 spam _____

2 다음 뜻을 베트남어로 써 보세요.

1 메모, 쪽지 _____

2 휴대 전화 _____

3 전화번호 _____

4 첨부하다 _____

5 접촉하다, 연락하다 _____

6 소셜네트워크, SNS _____

3 베트남어와 우리말 뜻을 알맞게 연결해 보세요.

1 듣다   ·   ① gửi

2 의사소통하다, 교접하다 ·   ② nghe

3 보내다   ·   ③ điện thoại

4 전화, 전화기   ·   ④ giao tiếp

5 부르다, (전화) 걸다   ·   ⑤ gọi

1 1. 연락하다 2. 문자, 메시지 3. 전자우편함, 메일함 4. 다시 전화하다 5. 댓글 6. (문자, 메시지) 스팸
2 1. lời nhắn 2. điện thoại di động 3. số điện thoại 4. đính kèm 5. liên hệ 6. mạng xã hội
3 1. ② 2. ④ 3. ① 4. ③ 5. ⑤

숫자와 시간

🎧 MP3를 들어보세요

1	2	3
một	hai	ba

4	5	6
bốn	năm	sáu

7	8	9	10
bảy	tám	chín	mười

11~19	11	12	13	14
	mười một	mười hai	mười ba	mười bốn
15	16	17	18	19
mười lăm	mười sáu	mười bảy	mười tám	mười chín

10단위	10	20	30	40
	mười	hai mươi	ba mươi	bốn mươi
50	60	70	80	90
năm mươi	sáu mươi	bảy mươi	tám mươi	chín mươi

100단위	100	200	300	400
	một trăm	hai trăm	ba trăm	bốn trăm
500	600	700	800	900
năm trăm	sáu trăm	bảy trăm	tám trăm	chín trăm

- một ngàn(nghìn)   1,000(천)
- mười ngàn   10,000(만)
- một trăm ngàn   100,000(십만)
- một triệu   1,000,000(백만)
- mười triệu   10,000,000(천만)
- một trăn triệu   100,000,000(일억)
- một tỷ   1,000,000,000(십억)
- mười tỷ   10,000,000,000(백억)
- một trăn tỷ   100,000,000,000(천억)
- một nghìn tỷ   1,000,000,000,000(일조)

 서수 읽기

 1
thứ nhất
첫 번째

 2
thứ hai
두 번째

 3
thứ ba
세 번째

 4
thứ tư
네 번째

 5
thứ năm
다섯 번째

 6
thứ sáu
여섯 번째

 7
thứ bảy(bẩy)
일곱 번째

 8
thứ tám
여덟 번째

 9
thứ chín
아홉 번째

 10
thú mười
열 번째

 11
thứ mười một
열한 번째

 12
thứ mười hai
열두 번째

 13
thứ mười ba
열세 번째

 14
thứ mười bốn
열네 번째

 15
thứ mười lăm
열다섯 번째

 16
thứ mười sáu
열여섯 번째

 17
thứ mười bảy(bẩy)
열일곱 번째

 18
thứ mười tám
열여덟 번째

 19
thứ mười chín
열아홉 번째

 20
thứ hai mươi
스무 번째

플러스 단어

một số	몇몇의	**máy tính**	계산기
mấy cái	몇개의	**cộng**	더하다
số	숫자, 개수, 번호	**trừ**	빼다
số lẻ	홀수	**nhân**	곱하다
số chẵn	짝수	**chia**	나누다
số dương	양수	**nhiều**	많은
số âm	음수	**ít**	적은
số may mắn	행운의 숫자	**lần**	회, 횟수
đếm	세다, 셈을 하다	**thứ tự**	순서
tính	계산하다	**số thứ tự**	일련번호

숫자 말하기

----

❶ 일반적인 숫자는 trăm, ngàn(nghìn), triệu, tỷ 단위로 끊어 말합니다.

3,400   ba ngàn bốn trăm

2,538,000   hai triệu năm trăm ba mươi tám ngàn

❷ 100의 자리 숫자가 0인 경우, không trăm으로 말합니다.
10의 자리 숫가자 0인 경우, lẻ 또는 linh 입니다.

1064   một ngàn không trăm sáu mươi bốn

908   chín trăm lẻ tám

❸ 전화번호는 모든 숫자를 따로따로 말합니다.

330-7184   ba ba không bảy một tám bốn

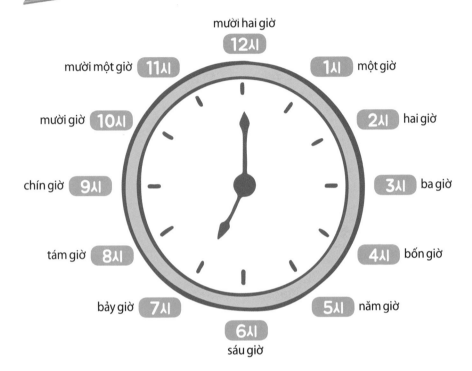

mười hai giờ
12시

mười một giờ **11시**   **1시** một giờ

mười giờ **10시**   **2시** hai giờ

chín giờ **9시**   **3시** ba giờ

tám giờ **8시**   **4시** bốn giờ

bảy giờ **7시**   **5시** năm giờ

6시
sáu giờ

Bây giờ là tám giờ sáng.
지금은 아침 8시이다.

Bây giờ là ba giờ mười lăm phút.
지금은 3시 15분이다.

플러스 단어

단어 암기 동영상을 보면서 복습하세요

thời gian	시간, 기간	**kém**	~ 전
giờ	시	**sớm**	이른; 일찍
phút	분	**muộn**	늦은; 늦게
giây	초	**bây giờ**	지금
tiếng	시간	**đúng giờ**	정시에
đồng hồ	시계	**ban ngày**	낮
khi	때	**lúc**	(~시)에
rưỡi	30분	**thời hạn**	시간제한
qua	~ 지난	**hết hạn**	만기하다, 기간이 다하다

buổi sáng
새벽, 오전, 아침

➡

buổi trưa
정오, 점심

➡

buổi chiều
오후

buổi tối
해 질 녘, 저녁

➡

ban đêm
자정, 밤

방향과 위치

🎧 MP3를 들어보세요

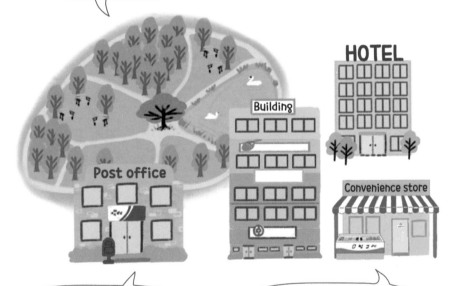

Công viên ở phía sau bưu điện.
공원은 우체국 뒤에 있다.

Bưu điện ở bên cạnh của tòa nhà.
우체국은 빌딩 옆에 있다.

Cửa hàng tiện lợi ở phía trước khách sạn.
편의점은 호텔 앞에 있다.

trên ~ 위에

dưới ~ 밑에

trong ~ 안에, 속에

bên cạnh 옆쪽

phía trước 앞쪽

phía sau 뒤쪽

bên phải 오른쪽

bên trái 왼쪽

Bắc 북쪽
Tây 서쪽
Đông 동쪽
Nam 남쪽

phương hướng 방향

ở đây	여기에서; 여기에 있다	bất cứ ở đâu	어디시든, 아무데나
đằng kia	저기에	lầu	층
xung quanh	주위, 주변	tới	도착하다
ở gần	~ 근처에	góc	모서리
gần	가까운	Đông	동쪽
xa	먼	Tây	서쪽
đối diện	마주보다; 건너편, 반대편	Nam	남쪽
thông qua	통과하다, 지나가다	Bắc	북쪽
bên trong	안쪽, 내부	trung tâm	중심, 센터
bên ngoài	바깥쪽, 외부	đỉnh	정상, 꼭대기
giữa	사이에	tầng hầm	지하층, 지하실
lên	오르다, 올라가다	hướng nào	어느 쪽의
xuống	내리다, 내려가다	bên này	이쪽에
hướng	향하다	bên kia	저쪽에
tầng trên	위층	ngừng lại	멈추다
tầng dưới	아래층	rẽ	꺾다, 돌다
bất cứ nơi nào	모든 곳에	đi vòng	회전하다, 돌다

단어 암기 동영상을
보면서 복습하세요

1 다음 단어의 뜻을 적어 보세요.

1 phương hướng _____ 2 bên trái _____

3 phía sau _____ 4 bên cạnh _____

5 xung quanh _____ 6 bên ngoài _____

2 다음 뜻을 베트남어로 써 보세요.

1 마주보다; 건너편, 반대편 _____ 2 앞쪽 _____

3 가까운 _____ 4 중심, 센터 _____

5 사이에 _____ 6 모든 곳에 _____

3 베트남어와 우리말 뜻을 알맞게 연결해 보세요.

1 ～ 위에 • ① dưới

2 저쪽에 • ② trên

3 남쪽 • ③ bên kia

4 ～ 밑에 • ④ Nam

5 ～ 안에, 속에 • ⑤ trong

1 1. 방향 2. 왼쪽 3. 뒤쪽 4. 옆쪽 5. 주위, 주변 6. 바깥쪽, 외부　**2** 1. đối diện 2. phía trước 3. gần
4. trung tâm 5. giữa 6. bất cứ nơi nào　**3** 1. ② 2. ③ 3. ④ 4. ① 5. ⑤

날짜

🎧 MP3를 들어보세요

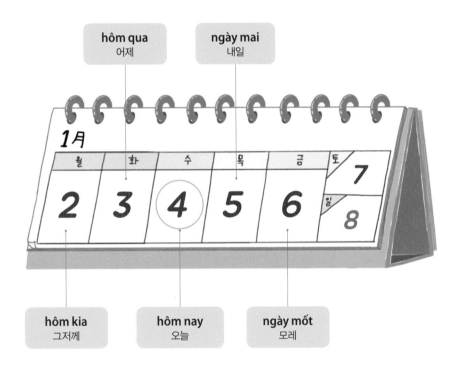

hôm qua
어제

ngày mai
내일

hôm kia
그저께

hôm nay
오늘

ngày mốt
모레

요일

thứ hai 월요일	**thứ ba** 화요일	**thứ tư** 수요일	**thứ năm** 목요일
thứ sáu 금요일	**thứ bảy** 토요일	**chủ nhật** 일요일	

1~12월

tháng một 1월	**tháng hai** 2월	**tháng ba** 3월	**tháng tư** 4월
tháng năm 5월	**tháng sáu** 6월	**tháng bảy** 7월	**tháng tám** 8월
tháng chín 9월	**tháng mười** 10월	**tháng mười một** 11월	**tháng mười hai** 12월

thế kỷ	세기	**tháng trước**	지난달
năm	년	**tháng này**	이번 달
tháng	월, 달, 개월	**tháng sau**	다음 달
tuần	주	**hai tuần trước**	지지난주
ngày	날, 일	**tuần trước**	지난주
mấy ngày	며칠	**tuần này**	이번 주
thứ mấy	무슨 요일	**tuần sau**	다음 주
năm trước	작년	**hai tuần sau**	다다음 주
năm nay	올해	**ngày thường**	평일
năm sau	내년	**cuối tuần**	주말
mười năm trước	10년 전	**bao giờ / khi nào**	언제
mười năm sau	10년 후	**mấy ngày trước**	며칠 전에

날짜말하기

날짜는 '일 → 월 → 년' 순서로 말합니다.

2019년 5월 15일 **ngày 15 tháng 5 năm 2019**

2000년 **năm hai nghìn**

2008년 **năm hai nghìn không trăm lẻ tám**

미니 테스트

1 다음 단어의 뜻을 적어 보세요.

1 thứ năm _____   2 năm nay _____

3 tháng tư _____   4 cuối tuần _____

5 ngày mai _____   6 tháng hai _____

2 다음 뜻을 베트남어로 써 보세요.

1 수요일 _____   2 그저께 _____

3 평일 _____   4 8월 _____

5 모레 _____   6 오늘 _____

3 베트남어와 우리말 뜻을 알맞게 연결해 보세요.

1 어제 ·   ① hôm qua

2 11월 ·   ② thế kỷ

3 토요일 ·   ③ tháng mười một

4 날, 일 ·   ④ thứ bảy

5 세기 ·   ⑤ ngày

1 1. 목요일 2. 올해 3. 4월 4. 주말 5. 내일 6. 2월   **2** 1. thứ tư 2. hôm kia 3. ngày thường 4. tháng tám
5. ngày mốt 6. hôm nay   **3** 1. ① 2. ③ 3. ④ 4. ⑤ 5. ②

Day 27

공부 순서 ☐ MP3 듣기 ➡ ☐ 단어 암기 ➡ ☐ 예문 빈칸 채우기 ➡ ☐ 단어암기 동영상

일상생활 필수 동사

🎧 MP3를 들어보세요

đi bộ 걷다

nói 말하다

ngồi 앉다

làm 만들다

cho 주다

mở 열다

504
☐ **đi bộ**
☐
☐ 걷다

Mỗi ngày anh ta [✐] 5 km.
그는 매일 5km를 걷는다.

505
☐ **nói**
☐
☐ 말하다

Bạn đang [ ] với ai hả?
누구와 말하고 있는 거예요?

506
☐ **ngồi**
☐
☐ 앉다

Xin mời bạn [ ] đây.
여기에 앉으세요.

507
☐ **đứng**
☐
☐ 서다

Hãy [ ] thành một hàng.
한 줄로 서 주세요.

508
☐ **có**
☐
☐ 가지다, 가지고 있다

Tôi [ ] mấy cái đồng xu.
제게 동전이 좀 있어요.

509
☐ **cho**
☐
☐ 주다

[ ] tôi cái lý được không?
컵 좀 주실래요?

510
☐ **làm**
☐
☐ 만들다

Tôi sẽ [ ] bánh nhé.
제가 빵을 만들게요.

511

☐
☐ xem
☐ 보다

Tôi sẽ đi 🖉 [____] phim với bạn bè.
친구들과 영화보러 갈거예요.

512

☐
☐ mở
☐ 열다

Bạn [____] cửa này cho tôi được khôngr?
이 문 좀 열어 줄래요?

513

☐
☐ đóng
☐ 닫다

Cô ấy [____] rèm cửa rồi.
그녀는 커튼을 쳤다.

514

☐
☐ đưa
☐ 건네주다, 데려가다

Cảm ơn vì [____] cô ấy về nhà.
그녀를 집에 데려와 주셔서 감사해요.

515

☐
☐ mang
☐ 가져가다, 운반하다

Đừng quên [____] theo chiếc máy ảnh.
잊지 말고 카메라 가져가세요.

516

☐
☐ muốn
☐ 원하다

Bắt đầu mọi thứ bạn [____] làm.
원하는 것을 모두 시작하세요.

517

☐
☐ nghĩ
☐ 생각하다

Tôi [____] đó không phải là sự thật.
저는 그것이 사실이 아니라고 생각해요.

518

☐ ☐ ☐ sử dụng
사용하다

Cáy này [✎⬜⬜⬜⬜⬜⬜] dễ dàng hơn.
이것이 사용하기가 더 쉬워요.

519

☐ ☐ ☐ cho xem
보여 주다

[⬜⬜⬜⬜⬜⬜] một cái khác.
다른 것을 보여 주세요.

520

☐ ☐ ☐ cần
필요로 하다

Tôi [⬜⬜⬜⬜] thời gian nữa.
시간이 더 필요해요.

521

☐ ☐ ☐ giúp
돕다

Tôi sẽ [⬜⬜⬜⬜] bạn nhé.
제가 도울게요.

522

☐ ☐ ☐ bắt đầu
시작하다

Hãy [⬜⬜⬜⬜⬜⬜] khi sẵn sàng.
준비되면 시작하세요.

523

☐ ☐ ☐ ngừng
멈추다, 정지하다

Chúng ta [⬜⬜⬜] nói về điều đó.
그 이야기는 그만하자.

524

☐ ☐ ☐ tìm
찾다

Tôi không [⬜⬜⬜] được chìa khóa.
열쇠를 못 찾겠어요.

525
☐ **chạm**
☐ 만지다
☐

Đừng 🖊 [   ] vào nó.
그것을 만지지 마세요.

526
☐ **mượn**
☐ 빌리다
☐

Tôi [   ] xe đạp của bạn được không?
당신 자전거 좀 빌려도 될까요?

527
☐ **cho mượn**
☐ 빌려 주다
☐

[   ] một số tiền nhé.
돈 좀 빌려주세요.

528
☐ **vỡ**
☐ 깨지다, 깨뜨리다
☐

Tôi bị ngã nên kính của tôi bị [   ].
넘어지는 바람에 안경이 깨졌어요.

529
☐ **xong**
☐ 끝내다, 끝나다; 끝난
☐

Anh ta vừa tắm [   ] rồi.
그는 방금 막 샤워를 끝냈어요.

530
☐ **nhớ**
☐ 기억하다, 그리워하다
☐

Tôi không [   ] tên cô ấy được.
그녀의 이름이 기억나지 않아요

531
☐ **quên**
☐ 잊다, 깜빡하다
☐

Tôi [   ] tắt bếp gas.
가스불을 잠근다는 걸 깜빡했어요.

단어 암기 동영상을
보면서 복습하세요

1 다음 단어의 뜻을 적어 보세요.

1 mượn _____   2 mang _____

3 xong _____   4 quên _____

5 xem _____   6 vỡ _____

2 다음 뜻을 베트남어로 써 보세요.

1 사용하다 _____   2 빌려 주다 _____

3 찾다 _____   4 주다 _____

5 말하다 _____   6 필요로 하다 _____

3 베트남어와 우리말 뜻을 알맞게 연결해 보세요.

1 만지다   ·   ① đi bộ

2 기억하다, 그리워하다 ·   ② đứng

3 걷다   ·   ③ nhớ

4 보여 주다   ·   ④ chạm

5 서다   ·   ⑤ cho xem

1 1. 빌리다 2. 가져가다, 운반하다 3. 끝내다, 끝나다; 끝난 4. 잊다, 깜빡하다 5. 보다 6. 깨지다, 깨뜨리다
2 1 sử dụng 2 cho mượn 3 tìm 4 cho 5 nói 6 cần   **3** 1. ④ 2. ③ 3. ① 4. ⑤ 5. ②

왕초보 형용사, 부사

🎧 MP3를 들어보세요

lớn 큰 ↔ **nhỏ** 작은

nhiều 많은 ↔ **ít** 적은

dài 긴 ↔ **ngắn** 짧은

cao 높은 ↔ **thấp** 낮은

532
□
□ tốt
□ 좋은, 훌륭한

Đã có một thời gian 🖊 ▨▨▨▨.
좋은 시간이었어요.

533
□
□ xấu
□ 나쁜, 못생긴

Tôi có một tin ▨▨▨▨.
나쁜 소식이 있어요.

534
□
□ mạnh
□ 강한, 센

Tôi muốn ▨▨▨▨ hơn nữa.
더 강해지고 싶어요.

535
□
□ nhanh
□ 빠른

Bạn có thể chạy ▨▨▨▨ đến mức nào?
얼마나 빨리 뛸 수 있어요?

536
□
□ dễ
□ 쉬운

Học ngoại ngữ không ▨▨▨▨ chút nào.
외국에서 공부하는 것은 절대로 쉽지 않아요.

537
□
□ khó
□ 어려운

Các đề thi có ▨▨▨▨ chưa?
시험 문제가 어려웠어요?

538
□
□ tận dụng
□ 잘 사용하다, 활용하다

Làm thế nào có thể ▨▨▨▨ thời gian hiệu quả?
어떻게 하면 시간을 잘 활용할 수 있을까요?

539

☐ ☐ ☐ **đúng**
옳은, 정확한

'B' là trả lời 🖉 ▓▓▓.
B번이 정답이에요.

540

☐ ☐ ☐ **sai**
틀린, 잘못된

Tôi có làm điều gì ▓▓▓ không?
제가 뭔가 잘못한 것이 있나요?

541

☐ ☐ ☐ **ngầu**
멋진, 쿨한, 폼이 나는

Anh ấy là người ▓▓▓ nhất tôi từng gặp.
그는 내가 만난 가장 멋진 사람이었어요.

542

☐ ☐ ☐ **dài**
긴

Kỳ nghỉ lần này ▓▓▓ bao nhiêu?
이번 휴가는 얼마나 긴가요?

543

☐ ☐ ☐ **ngắn**
짧은

Cô ấy bất ngờ cắt tóc ▓▓▓.
그녀는 갑자기 머리를 짧게 잘랐다.

544

☐ ☐ ☐ **tối**
어두운

Ở đây ▓▓▓ quá không xem được gì cả.
너무 어두워서 아무것도 안 보여요.

545

☐ ☐ ☐ **sáng**
밝은, 빛나는

Ngọc không mài không ▓▓▓.
옥도 닦지 않으면 빛이 안 난다.

546
☐
☐
☐

nhiều
많은

Tôi không có ✏️ ___ bạn thân.
저는 친한 친구가 많지 않아요.

547
☐
☐
☐

ít
적은

Nhà hàng này có ___ khách.
이 식당은 손님이 적다.

548
☐
☐
☐

ngu ngốc
미련한, 어리석은

Đó là suy nghĩ ___.
그것은 어리석은 생각이에요.

549
☐
☐
☐

thông minh
영리한, 똑똑한

Cô ấy là sinh viên ___
trong lớp.
그녀는 반에서 똑똑한 학생이에요.

550
☐
☐
☐

đầy
가득 찬

Phòng này đang ___ bụi bặm.
이 방은 먼지로 가득 차 있어요.

551
☐
☐
☐

đói bụng
배고픈

Có ___ không?
배고파요?

552
☐
☐
☐

nguy hiểm
위험한

Nghịch lửa thì ___ lắm.
불장난은 아주 위험해요.

553
☐
☐ **đặc biệt**
☐ 특별한

Bạn rất ✎⬚⬚⬚⬚⬚⬚ đối với tôi.
당신은 제게 아주 특별해요.

554
☐
☐ **giống**
☐ 같은, 비슷한

Chúng ta mặc áo ⬚⬚⬚⬚⬚ nhau.
우리는 비슷한 옷을 입고 있다.

555
☐
☐ **khác**
☐ 다른

Bây giờ là trường hợp ⬚⬚⬚⬚⬚.
지금은 다른 상황이죠.

556
☐
☐ **quan trọng**
☐ 중요한

không có gì ⬚⬚⬚⬚⬚⬚⬚ ở đây.
여기에 중요한 것이 없네요.

557
☐
☐ **thật**
☐ 사실인, 진실한

Có ⬚⬚⬚⬚⬚ không?
사실입니까?

558
☐
☐ **kỳ lạ**
☐ 이상한, 기묘한

Tôi cảm thấy ⬚⬚⬚⬚⬚⬚.
기분이 이상해요.

559
☐
☐ **sợ**
☐ 무서운, 두려운

Tôi đang ⬚⬚⬚⬚⬚ các bạn không hài lòng.
여러분이 못마땅해할까 두렵네요.

rất	매우	luôn luôn	항상, 늘
lắm	아주	hay	종종, 자주
quá	너무	thỉnh thoảng	가끔, 때때로
thật	정말로	đôi khi	때때로, 이따금
khá	꽤, 상당히	thường	주로, 대개
cũng	역시, 또한	ít khi	드물게, 거의 ~ 아닌
vô cùng	극히, 몹시	có lẽ	아마도
lại	다시	chắc là	어쩌면, 아마
sắp	곧	mới	단지, 막, 비로소
còn	아직도	chỉ	단지, 오직 ~만
vẫn	여전히	một chút	조금, 약간
giỏi	잘	chăm chỉ	성실하게, 열심히
rồi	벌써, 이미	sớm	일찍
chưa	아직 ~ 아닌	muộn	늦게
hầu hết	거의	hầu như	거의, 대개
không bao giờ	절대 ~ 아닌	hết	모두, 다 한

và	그리고, ~와	**từ**	~부터
nhưng	그러나, 하지만	**thì**	~이면, ~하면
tuy nhiên	그러나, 하지만	**mà**	~인데, ~이지만 그런데
hoặc	또는, 혹은	**không thì**	그렇지 않으면
nên	그래서, ~ 해서	**do**	~에 의해, ~ 때문에
cho nên	따라서, 그래서	**sau đó**	그런 다음, 그리고 나서
Vì thế	그리하여, 그렇기 때문에	**trước đó**	그 전에
nếu	만약	**đầu tiên**	첫째의, 처음의
mặc dù	설사 ~일지라도	**thứ hai**	둘째
tuy	~에도 불구하고	**cuối cùng**	마지막으로
khi	~할 때	**chẳng hạn**	예를 들어
trong	~동안, ~내에	**kết quả là**	결과는 ~이다
đến	~할 때까지	**sự thật là**	사실은 ~이다
sau	~ 후에	**nói tóm lại**	요약해서 말하자면
trước	~ 전에	**mỗi khi**	~할 때마다
vì	왜냐하면, ~ 때문에		

단어 암기 동영상을
보면서 복습하세요

1 다음 단어의 뜻을 적어 보세요.

1 khác _____

2 tối _____

3 nhiều _____

4 sợ _____

5 đầy _____

6 sai _____

2 다음 뜻을 베트남어로 써 보세요.

1 멋진, 쿨한, 폼이 나는 _____

2 미련한, 어리석은 _____

3 중요한 _____

4 긴 _____

5 특별한 _____

6 사실인, 진실한 _____

3 베트남어와 우리말 뜻을 알맞게 연결해 보세요.

1 이상한, 기묘한   •

  ① mạnh

2 강한, 센   •

  ② nguy hiểm

3 위험한   •

  ③ kỳ lạ

4 배고픈   •

  ④ nhanh

5 빠른   •

  ⑤ đói bụng

1 1. 다른 2. 어두운 3. 많은 4. 무서운, 두려운 5. 가득 찬 6. 틀린, 잘못된   **2** 1. ngầu 2. ngu ngốc 3. quan trọng 4. dài 5. đặc biệt 6. thật   **3** 1. ③ 2. ① 3. ② 4. ⑤ 5. ④

Day 29

공부 순서 ☐ MP3 듣기 ➡ ☐ 단어 암기 ➡ ☐ 예문 빈칸 채우기 ➡ ☐ 단어암기 동영상

왕초보 전치사 표현

🎧 MP3를 들어보세요

đang giảm giá
세일 중인

đối với tôi
나에게는, 나로서는

do lỗi
실수로

sau khi tan sở
퇴근 후에

không tốt cho sức khỏe
건강에 안 좋은

trong khó khăn
곤경에 처한

560

☐
☐
☐

trong khi đó
그때, 그 당시에

✎ ▨▨▨▨▨▨▨▨▨ mọi người đến tin họ.

그 당시 모두가 그들을 믿었다.

561

☐
☐
☐

bằng xe
차로

Tôi đến đây ▨▨▨▨▨▨.

여기 차로 왔어요.

562

☐
☐
☐

bằng đi bộ
걸어서

Anh ấy giảm cân ▨▨▨▨▨▨.

저는 걷기로 다이어트했어요.

563

☐
☐
☐

của tôi
나의; 나의 것

Cái này là ▨▨▨▨▨▨ phải không?

이것이 제 것이 맞나요?

564

☐
☐
☐

nói rằng
말하기를

Anh ấy ▨▨▨▨▨▨ mọi người đã chết rồi.

그가 말하기를 모두 사망했다고 한다.

565

☐
☐
☐

đối với tôi
나에게는, 나로서는

▨▨▨▨▨▨ việc này hơi khó.

제게 있어서 이 일은 좀 어렵네요.

566

☐
☐
☐

trên giường
침대에서, 침상에

Sao lại nằm ▨▨▨▨▨▨?

왜 침대에 누워 있니?

567 đang giảm giá
세일 중인

Túi xách này [_____] phải không?
이 가방은 세일 중인가요?

568 trên đường
길에서, 길 위에

Tôi đã gặp cô ấy [_____].
길에서 그녀를 만났어요.

569 bằng tiền mặt
현금으로

Tôi sẽ trả [_____].
현금으로 낼게요.

570 trong nhà
집에서, 실내에서

Mẹ đang ở [_____] không?
어머니는 집에 계세요?

571 trên thế giới
세상에서, 세계에서

Anh ấy là ca sĩ nổi tiếng [_____].
그는 세계적으로 유명한 가수이다.

572 trên toàn quốc
전국에, 전국적으로

Nó bán chạy [_____].
그것은 전국적으로 잘 팔린다.

573 trong khó khăn
곤경에 처한

Hãy bắt cơ hội [_____].
곤경 속에서 기회를 잡아라.

574

□
□
□

một cách cụ thể
구체적으로, 자세히

Hãy nói ✎ ▓▓▓▓▓▓▓
hơn.
더 자세히 얘기해 보세요.

575

□
□
□

đang máy bận
통화 중인

Cô ấy ▓▓▓▓▓▓▓▓▓▓.
그녀는 통화 중이에요.

576

□
□
□

tốt cho sức khỏe
몸에 좋은, 건강에 좋은

Ăn cơm đều đặn thì
▓▓▓▓▓▓▓▓▓▓▓.
규칙적인 식사는 건강에 좋아요.

577

□
□
□

ngay lập tức
곧, 즉시

Anh ấy đồng ý ▓▓▓▓▓▓▓.
그는 즉시 동의했다.

578

□
□
□

một mình
혼자서

Bạn có làm xong ▓▓▓▓▓▓ được
không?
혼자서 끝낼 수 있겠어요?

579

□
□
□

cố ý
고의로, 일부러

Cô ấy làm như vậy không ▓▓▓▓▓.
그녀가 고의로 그런 건 아니예요.

580

□
□
□

tình cờ
우연히, 뜻밖에

Đó là cuộc gặp ▓▓▓▓▓▓.
그것은 우연한 만남이었어요.

581

☐ ☐ ☐ **trong nghỉ phép**
휴가 동안, 휴가 중에

Anh ấy ở Hawaii
_____.
그는 휴가 동안 하와이에 있어요.

582

☐ ☐ ☐ **trong lòng**
마음속에

Thật sự tôi rất lo lắng _____.
사실 마음속으로는 무척 걱정이에요.

583

☐ ☐ ☐ **ở dưới**
아래에, 밑에

Hãy ký tên _____.
아래에 사인해주세요.

584

☐ ☐ ☐ **bị căng thẳng**
스트레스를 받는

Anh ấy _____ do công việc.
그는 업무로 인해 스트레스를 받아요.

585

☐ ☐ ☐ **trong thời gian dài**
긴 시간 동안, 오랫동안

Họ không gặp nhau _____.
그들은 오랫동안 만나지 못했어요.

586

☐ ☐ ☐ **theo thứ tự**
순서대로

Hãy xếp file _____ a.b.c.
파일을 알파벳순으로 정리하세요.

587

☐ ☐ ☐ **do lỗi**
실수로, 결함으로

Chuyện xảy ra _____ của máy móc.
기계 결함으로 벌어진 일이에요.

미니 테스트

단어 암기 동영상을
보면서 복습하세요

1 다음 단어의 뜻을 적어 보세요.

1 theo thứ tự _____

2 ngay lập tức _____

3 trên đường _____

4 một cách cụ thể _____

5 trong khi đó _____

6 trong nghỉ phép _____

2 다음 뜻을 베트남어로 써 보세요.

1 아래에, 밑에 _____

2 혼자서 _____

3 집에서, 실내에서 _____

4 긴 시간 동안, 오랫 동안 _____

5 우연히, 뜻밖에 _____

6 곤경에 처한 _____

3 베트남어와 우리말 뜻을 알맞게 연결해 보세요.

1 실수로, 결함으로   •

① trong lòng

2 현금으로   •

② do lỗi

3 고의로, 일부러   •

③ tốt cho sức khỏe

4 마음속에   •

④ cố ý

5 몸에 좋은, 건강에 좋은   •

⑤ bằng tiền mặt

1 1. 순서대로 2. 곧, 즉시 3. 길에서, 길 위에 4. 구체적으로, 자세히 5. 그때, 그 당시에 6. 휴가 동안, 휴가 중에
2 1. ở dưới 2. một mình 3. trong nhà 4. trong thời gian dài 5. tình cờ 6. trong khó khăn   **3** 1. ② 2. ⑤
3. ④ 4. ① 5. ③

왕초보 동사 표현

🎧 MP3를 들어보세요

làm việc
일하다

lấy tiền
돈을 찾다, 돈을 꺼내다

được bán
팔리다

có hẹn
약속이 있다

đi lái xe
드라이브하러 가다

làm sạch
깨끗이 하다

làm

làm việc	일하다	**làm ăn**	생계를 꾸리다, 생활비를 벌다
làm bài tập	숙제하다	**làm im lặng**	침묵시키다
làm sạch	청소하다	**làm lơ**	숨기다, 눈짓하다
làm đôi	둘로 나누다	**làm lộ**	누설하다, 폭로하다
làm đám cưới	결혼식을 하다	**làm visa**	비자를 발급하다
làm một	하나가 되다	**làm trắng**	미백하다, 탈색하다, 희게하다
làm nghề	직업을 갖다	**làm vườn**	정원을 가꾸다
làm cà phê	커피를 타다	**làm hại**	해가 되다
làm thêm	아르바이트를 하다	**làm vui lòng**	만족시키다
làm hết	끝내다	**làm ướt**	적시다
làm bằng tay	수제 제작하다	**làm khô**	말리다
làm hành động	행동하다	**làm đẹp**	예뻐지다
làm ồn ào	소동을 일으키다	**làm mẹ**	엄마가 되다
làm sai	잘못하다	**làm giàu**	돈을 벌다, 부유해지다
làm bạn	친구로 삼다	**làm ơn**	은혜를 행하다, 호의를 베풀다
làm tốt	잘하다	**làm lại**	다시 하다, 계속하다
làm quen	친해지다	**làm cơm**	밥을 짓다
làm bằng máy	기계로 만들다	**làm phiền**	폐를 끼치다, 방해되다
làm giảm	줄이다	**làm biếng**	게으르다

lấy

lấy tiền	돈을 찾다, 돈을 꺼내다	**lấy cơ hội**	기회를 잡다
lấy vợ	장가가다	**lấy hành lý**	짐을 찾다
lấy chồng	시집가다	**lấy dầu**	석유를 캐다
lấy cắp	훔치다, 횡령하다	**lấy máu**	피를 뽑다
lấy vật	물건을 꺼내다	**lấy hóa đơn**	영수증을 받다
lấy hơi	숨을 모으다	**lấy lí do**	이유를 대다
lấy cớ	핑계를 대다, 구실로 삼다	**lấy nhiệt độ**	온도를 재다
lấy lại sức	기운을 내다	**lấy vân tay**	지문을 채취하다
lấy dù	우산을 가져오다	**lấy ví dụ**	일례를 들다, 용례를 들다
lấy đà	도움닫기를 하다	**lấy quốc tịch**	국적을 취득하다
lấy lộn	실수로 취하다, 혼동하여 가져가다	**lấy chứng cứ**	증거를 대다
lấy số tử vi	점치다	**lấy làm**	~라고 느끼다, 생각하다
lấy nước	물을 받다	**lấy lệ**	형식상, 의례상
lấy lãi	이자를 받다	**lấy lòng**	환심을 사다
lấy danh dự	명예를 걸다	**lấy kết quả**	~한 결과를 얻다
		lấy cao răng	스케일링하다
		lấy khăn	수건을 가져오다

đi chơi	놀러가다		**đi về nhà**	귀가하다
đi làm	일하러 가다, 출근하다		**đi đón**	마중가다
đi mua sắm	쇼핑가다		**đi thẳng**	직진하다
đi du lịch	여행가다		**đi xin**	구걸하다
đi bộ	걷다		**đi xe**	차를 타고 가다
đi ngủ	잠자리에 들다		**đi hàng đôi**	나란히 걸어가다
đi thăm	방문가다, 방문하다		**đi bắt phố**	거리를 배회하다
đi qua	지나가다, 통과하다		**đi dạo**	산책하다
đi buôn	장사하다		**đi coi**	보러가다, 구경가다
đi lại	오가다, 왕복하다		**đi leo núi**	등산가다
đi đôi	함께가다			
đi theo	따라가다			
đi ngang	가로지르다			
đi sang	넘어가다			
đi xuống	내려가다			
đi ra	나가다			
đi vào	들어가다			
đi lên	나가다			
đi học	공부하러 가다, 등교하다			

được bán	팔리다	được hưởng	굴러들어오다, 수혜를 누리다
được yêu thích	사랑받다	được xây dựng	지어지다, 설립되다
được phép	허락받다	được khen	칭찬을 듣다
được lòng	마음을 얻다	được chọn	뽑히다, 당선되다
được miễn thuế	면세, 세금을 면제하다	được coi	~로 간주하다
được thả lỏng	느슨해지다	được tin	소식을 듣다
được nghỉ phép	휴가를 얻다	được xác nhận	확인받다; 확인된
được xem	~하게 여기다	được áp dụng	적용되다
được nhận	받다	được nhập khẩu	수입되다
được cung cấp	제공받다		
được thưởng	상을 받다		
được khóa	잠기다		
được thắng cuộc	내기에서 이기다		
được quyền	권리를 얻다		
được quan tâm	관심을 얻다, 관심받다		
được dùng	쓰이다, 이용되다		
được biết	알게되다		
được tiếng	명성을 얻다		
được tin	믿기다		

có

 단어 암기 동영상을
보면서 복습하세요

có hẹn	약속이 있다		**có lỗi**	잘못이 있는
có lợi	유익하다, 유리하다		**có mùi**	냄새나는
có gia đình	가정이 있는, 결혼한		**có đạo**	종교를 믿는
có chuyện	일이 벌어지다, 사건이 일어나다		**có giá trị**	가치있는
có ăn	유복하게 살다		**có kết quả**	결과가 나오다
có lẽ	아마도		**có vẻ**	~한 것 같다
có thi	시험이 있다		**có ý định**	~할 의도가 있다
có quyền	권리가 있는, 자격있는		**có chí**	뜻이 있는
có sẵn	사용 가능한, 유효한		**có uy tín**	자리를 굳히다, 신용을 얻다
có thai	임신하다		**có hiệu quả**	효과적인, 효과있는
có thể	가능한		**có tác dụng**	먹혀들다, 효용이 있다
có tài	재능있는		**có tiền**	돈이 있는, 부유한
có tội	유죄의		**có gan**	용감한
có tiếng	유명한		**có bầu**	임신의
có tiếng xấu	악명높은		**có năng lực**	능력있는, 실력있는
có dịp	기회가 있다		**có kinh**	생리 중인
có nhiều	많은		**có khi**	때때로
có ý	~할 작정이다, ~할 생각이다		**có phép**	허가를 받다
có danh	유명한, 이름있는		**có phúc**	복이 있는, 행복한

스피드 인덱스

차